പി. സുരേന്ദ്രൻ

1961 നവംബർ 4ന് മലപ്പുറം ജില്ലയിലെ ആനക്കയം പഞ്ചായത്തിലുള്ള പാപ്പിനിപ്പാറ എന്ന ഗ്രാമത്തിൽ ജനിച്ചു. അച്ഛൻ: പി. കുമാരൻനായർ, അമ്മ: സരോജിനിയമ്മ. 1983ൽ ടി.ടി.സി. പാസായി. 32 വർഷം അധ്യാപകനായിരുന്നു. 1981ൽ മാതൃഭൂമി ആഴ്ചപ്പതിപ്പ് നടത്തിയ കഥാമത്സരത്തിൽ ഒന്നാംസമ്മാനം ലഭിച്ചു. 1988ൽ കേരള സാഹിത്യ അക്കാദമിയുടെ സഹായത്തോടെ കർണ്ണാടകത്തിലെ ദേവദാസി സമ്പ്രദായത്തെക്കുറിച്ച് പഠനം നടത്തി. ഇന്ത്യയിലും നേപ്പാളിലുമൊക്കെ വിപുലമായി സഞ്ചരിച്ച് ഒട്ടേറെ യാത്രാലേഖനങ്ങൾ പ്രസിദ്ധീകരിച്ചു. 1999ൽ കേന്ദ്രസാഹിത്യ അക്കാദമിയുടെ ട്രാവൽ ഗ്രാന്റ് ഉപയോഗിച്ച് ബുദ്ധകേന്ദ്രങ്ങളിലൂടെ സഞ്ചരിച്ചു. ചിത്രകല, ശില്പകല, വാസ്തുശില്പകല എന്നീ വിഷയങ്ങളിലും ധാരാളം ലേഖനങ്ങൾ പ്രസിദ്ധീകരിച്ചിട്ടുണ്ട്. കഥകളുടെ ഇംഗ്ലീഷ് പരിഭാഷകൾ സൺഡെ ഹെറാൾഡ്, ഇന്ത്യൻ ലിറ്ററേച്ചർ, ചന്ദ്രഭാഗ, വേൾഡ്‌വേ ക്ലാസിക്ക്, പയനീർ, എൻ.ബി.ടി. ആന്തോളജി, മലയാളം ലിറ്ററി സർവ്വെ എന്നിവയിൽ പ്രസിദ്ധീകരിച്ചു. ബ്രിട്ടീഷ് കൗൺസിൽ പ്രസിദ്ധീകരിച്ച ROUTS: Representation of the west in short fiction from South India in translation എന്ന പുസ്തകത്തിലും കഥ ഉൾപ്പെടുത്തിയിട്ടുണ്ട്. കന്നടയിലേക്കും ഹിന്ദിയിലേക്കും കഥകൾ വിവർത്തനം ചെയ്യപ്പെട്ടിട്ടുണ്ട്. മികച്ച കഥയ്ക്കുള്ള മൾബറി പുരസ്കാരം (ബർമുഡ), മികച്ച കഥാസമാഹാരത്തിനുള്ള അങ്കണം അവാർഡ് (ബർമുഡ), എസ്.ബി.ഐ. അവാർഡ് (ബർമുഡ), മികച്ച നോവലിനുള്ള അബുദാബി ശക്തി അവാർഡ് (മായാപുരാണം), ചെറുകഥയ്ക്ക് സാഹിത്യ അക്കാദമി അവാർഡ് (ജലസന്ധി), ഓടക്കുഴൽ അവാർഡ് (ചൈനീസ് മാർക്കറ്റ്), യാത്രാവിവരണത്തിൽ സാഹിത്യ അക്കാദമി അവാർഡ് (ഗ്രാമപാതകൾ), പത്മരാജൻ പുരസ്ക്കാരം (കഥ - ഗൗതമവിഷാദയോഗം) എന്നിവ ലഭിച്ചു.

കൃതികൾ: പിരിയൻ ഗോവണി, ഭൂമിയുടെ നിലവിളി, ഹരിതവിദ്യാലയം, കറുത്തപ്രാർത്ഥനകൾ, ബർമുഡ, ആഴത്തിന്റെ നിറം, അഭയാർത്ഥികളുടെ പൂന്തോട്ടം, അറുപത്തിനാലു ചെറുകഥകൾ, ജലസന്ധി (കഥാസമാഹാരം), മഹായാനം, സാമൂഹ്യപാഠം, മായാപുരാണം, കാവേരിയുടെ പുരുഷൻ, ജൈവം (നോവലുകൾ), രാസലീല (ഗീതഗോവിന്ദത്തിന്റെ പരിഭാഷ).

ഭാര്യ: സുജാത, മക്കൾ: ജയദേവൻ, നിഖിലചന്ദ്രൻ

വിലാസം: പ്രാർത്ഥന, വട്ടംകുളം - 679 578, മലപ്പുറം ജില്ല, ഫോൺ: 9447645840

Malayalam Language
Mahayanam
(Novel)
P Surendran

♦

Published in February 2017
This Edition December 2020
by Kairali Books Private Limited
Thalikkavu Road, Kannur.
Ph : 0497-2761200
E-Mail : Kairalibooksknr@gmail.com

♦

Illustrations
Sageer

♦

Cover Design
Vinod K P

♦

Price ₹: 170.00
83/16-17/Sl.No.887/POD200/NS 18.6
ISBN.978-93-86197-61-0

മഹായാനം

പി സുരേന്ദ്രൻ

കൈരളി ബുക്സ്

ഭൂമീ, നിന്റെ വിശുദ്ധമായ സമ്മാനങ്ങൾ
എനിക്കു തിരിച്ചുതരിക
വേരുകളുടെ ഗാംഭീര്യത്തിൽ-
നിന്നുയർന്നുപൊങ്ങിയ
നിശ്ശബ്ദതയുടെ ഗോപുരങ്ങൾ
ഞാൻ എന്തായിരുന്നിട്ടില്ലയോ
അതിലേക്കെനിക്കു തിരിച്ചുപോകണം
ഈ ആഴങ്ങളിൽനിന്നു മടങ്ങിപ്പോകാൻ
എനിക്കു പഠിക്കണം.
പ്രകൃതിയിലെ വസ്തുക്കൾക്കെല്ലാമടിയിൽ
എനിക്കു ജീവിക്കാനും മരിക്കാനും കഴിയണം
സാരമില്ല, എനിക്കു കല്ലുകൾക്കിടയിൽ
ഒരു കല്ലായാൽ മതി
ഇരുണ്ട കല്ല്
നദി ഉരുട്ടിക്കൊണ്ടുപോകുന്ന
പരിശുദ്ധമായ കല്ല്.

പാബ്ലോ നെരൂദ

ഉള്ളടക്കം

കഷ്ടദിനങ്ങളിൽനിന്ന് ഒരു നോവൽ

മഹായാനം എന്റെ പ്രിയപ്പെട്ട രചനയാണ്. കഷ്ടദിനങ്ങളിൽ നിന്നാണ് പിറവിയെടുത്തതെങ്കിലും ഈ കൃതി എനിക്കേറെ ആത്മവിശ്വാസം തന്നിട്ടുണ്ട്. എന്റെ ഇരുപത്തി രണ്ടാമത്തെ വയസ്സിൽ മഹായാനം എഴുതിക്കഴിഞ്ഞിരുന്നു. ആദ്യവായനക്കാർ എന്റെ കവി മിത്രങ്ങളായ ആലങ്കോട് ലീലാകൃഷ്ണനും, പി.പി. രാമചന്ദ്രനും, പി.വി. നാരായണനും, ടി.വി. ശൂലപാണിയുമായിരുന്നു. അതീവശ്രദ്ധേയമായ കൃതിയാണെന്ന് കവികൾ ഒരേ സ്വരത്തിൽ പറഞ്ഞപ്പോൾ മഹായാനം പ്രസിദ്ധീകരിക്കാനുള്ള അന്വേഷണങ്ങൾ ഞാൻ ആരംഭിച്ചു.

'ജ്വരബാധ'യ്ക്ക് മാതൃഭൂമി കഥാമത്സരത്തിൽ ഒന്നാം സമ്മാനം ലഭിക്കുകയും മുഖ്യധാരാ പ്രസിദ്ധീകരണങ്ങളിൽ ചില കഥകൾ പ്രസിദ്ധീകരിച്ചു വരികയും ചെയ്തിരുന്നു. ആ ധൈര്യമാണ് പത്രമാപ്പീസുകൾ കയറിയിറങ്ങാൻ എന്നെ പ്രേരിപ്പിച്ചത്. പക്ഷെ, ആരുമെന്നെ പരിഗണിച്ചില്ല. ഒരുപക്ഷെ ഈ നോവൽ വായിച്ചു നോക്കാൻപോലും മനസ്സു കാണിച്ചില്ല എന്നതാണ് നേര്. ഓരോ പത്രമാപ്പീസിലും മാസങ്ങളോളം കെട്ടിക്കിടന്നാണ് കൈയെഴുത്തുപ്രതി തിരിച്ചുകിട്ടിയിരുന്നത്. അങ്ങനെ വർഷങ്ങൾ കടന്നുപോയി.

1986ലാണ് ആറ്റിങ്ങലിൽ നിന്ന് പ്രസിദ്ധീകരിച്ചിരുന്ന സമതാളം മാസിക അവരുടെ വാർഷികപ്പതിപ്പിൽ മഹായാനം പൂർണമായും പ്രസിദ്ധീകരിക്കാൻ തീരുമാനിച്ചത്. പക്ഷേ, അവരും കഷ്ടദിനങ്ങളിലായിരുന്നതിനാൽ വാർഷികപ്പതിപ്പ് കൃത്യസമയത്തൊന്നും പുറത്തിറക്കാനായില്ല. കടത്തിൽപ്പെട്ട് അച്ചുകൂടത്തിൽ കുടുങ്ങിയ വാർഷികപ്പതിപ്പ് കാലം തെറ്റി എന്റെ കൈയിൽ കിട്ടുമ്പോഴേക്കും മഹായാനത്തിന്റെ ഒന്നാം പതിപ്പ് അച്ചടിക്കാനാരംഭിച്ചിരുന്നു. ലീലാകൃഷ്ണന്റെ സഹായത്തോടെ എടപ്പാളിലെ ചെറിയൊരു പ്രസ്സിലായിരുന്നു അച്ചടി. വിലകുറഞ്ഞ പേപ്പറിൽ മോശം അച്ചടിയുമായി ഭൂമിക ബുക്സിന്റെ ബാനറിൽ പുസ്തകം പുറത്തിറങ്ങി. മഹായാനം സഞ്ചിയിൽ നിറച്ച് ഞാൻ യാത്ര ചെയ്തു. മൾബെറിയിലെ ഷെൽവിയും വേറെ ചില സാംസ്ക്കാരിക പ്രവർത്തകരും എന്നെ തുണച്ചു.

ആയിടെ എനിക്ക് ആഷാമേനോന്റെ കത്തുകിട്ടി. മഹായാനത്തിന്റെ

ആത്മീയവും രാജനൈതികവുമായ ധ്വനികളെ ആഴത്തിൽ സ്പർശിക്കുന്ന കത്ത് ആ യാത്രയിൽ എനിക്ക് വായ്ക്കരിയായി മാറി. അദ്ദേഹത്തിന്റെ സ്നേഹം നിറഞ്ഞ കത്തുകൾ വീഴ്ചയുടെ ഘട്ടങ്ങളിലൊക്കെ എന്നെ പിടിച്ചുയർത്തിയ കരുത്തായിരുന്നു. ഈ നോവലിൻമേലുള്ള അദ്ദേഹത്തിന്റെ നിറഞ്ഞ ബോദ്ധ്യം തന്നെയാണ് മഹായാനത്തിന്റെ ഡി.സി.ബി. പതിപ്പ് പുറത്തിറക്കിയപ്പോൾ അതിന് ആമുഖമെഴുതാൻ അദ്ദേഹത്തെ പ്രേരിപ്പിച്ചത്. ആ സ്നേഹത്തിനു മുമ്പിൽ ഞാൻ വിനീതനാവുന്നു.

1989ൽ ഞാൻ കോട്ടയത്ത് പോയി ഡി.സി. സാറിനെ കണ്ടു. മഹായാനത്തിന്റെ ഡി.സി.ബി. പതിപ്പായിരുന്നു ലക്ഷ്യം. ഡി.സി. ബുക്സിലെ രാജേഷുമായുള്ള സൗഹൃദമാണ് എന്നെ അവിടെ എത്തിച്ചത്. ഡി.സി. സാർ എന്നെ തിരിച്ചറിഞ്ഞതും സ്വീകരിച്ചതും ഇന്നുമെന്റെ വിസ്മയമാണ്. മഹായാനം വായിക്കുകയോ പ്രസിദ്ധീകരണക്കമ്മറ്റിയിൽ വെച്ച് ചർച്ച ചെയ്യുകയോ ഉണ്ടായില്ല എന്നോർക്കുന്നു. ഈ കൃതി പ്രസിദ്ധീകരിക്കാമെന്ന് അപ്പോൾത്തന്നെ സാറ് വാക്കുതന്നു. പിൽക്കാലത്ത് ഡി.സി. ബുക്സിലൂടെ എന്റെ കൃതികൾ പ്രസിദ്ധീകരിക്കാൻ മഹായാനം കാരണമാവുകയും ചെയ്തു.

മഹായാനത്തിന്റെ ആദ്യപതിപ്പും ആദ്യ ഡി.സി.ബി. പതിപ്പും പുറത്തിറങ്ങിയപ്പോൾ അപ്രസക്തമായ ചില പ്രസിദ്ധീകരണങ്ങളിൽ ചില യുവ എഴുത്തുകാർ മഹായാനത്തെക്കുറിച്ച് ലേഖനങ്ങൾ എഴുതിയിരുന്നു. തെളിഞ്ഞ മനസ്സോടെ അവർ മഹായാനത്തിന്റെ ആഴത്തിലേക്ക് നടത്തിയ യാത്രകൾ ചെറിയൊരു വിഭാഗം വായനക്കാരെയെങ്കിലും ഈ കൃതിയോട് അടുപ്പിച്ചിട്ടുണ്ട്. ആ യുവസുഹൃത്തുക്കൾക്കു നന്ദി. ലേഖനങ്ങളിൽ ചിലത് അനുബന്ധമായി ചേർത്തിട്ടുണ്ട്.

പ്രായത്തിന്റെയും അനുഭവങ്ങളുടേയും അപക്വതയെ മറികടക്കാൻ ഈ രചനയ്ക്ക് സാധ്യമായിട്ടുണ്ട്. എന്റെ തലമുറയിൽ നിന്ന് ലഭിച്ച മികവുറ്റ നോവലുകളിലൊന്നാണ് മഹായാനം എന്ന് ഞാൻ വിശ്വസിക്കുന്നു.

ഈ പുസ്തകത്തിന്റെ ആറാം പതിപ്പ് കൈരളി ബുക്സിലൂടെ പുറത്തുവരുന്നതിൽ വലിയ സന്തോഷം.

പി. സുരേന്ദ്രൻ

ജലാംശം തേടി

ആഷാമേനോൻ

ആവശ്യവും വിതരണവും തമ്മിലുള്ള അനുപാതം തെറ്റുമ്പോഴാണ് നാം പ്രതിസന്ധിയെക്കുറിച്ച് സംസാരിക്കാറ്. കലയുടെ ലോകത്തിൽ ഇങ്ങനെയൊന്ന് സംഭവിക്കാനിടയില്ലെന്നു വേണം കരുതാൻ. കേവലം ഭൗതികമായ വിനിമയം മാത്രമല്ലല്ലോ കല. ദൈഹികമായ അസംതൃപ്തികൾക്കപ്പുറമാണത്. അതുകൊണ്ടുതന്നെ കലയുടെ പ്രഭാവങ്ങൾ പലപ്പോഴുംഗൂഢാത്മകമായി അവശേഷിക്കുന്നു. നിയതമായ നിമ്നോന്നതങ്ങൾ അല്ല ഇവിടെ സംഭവിക്കുക. ഈ പ്രക്രിയയിൽ ചരിത്രമെന്നപോൽ മനുഷ്യന്റെ ചേതനയും ഭാഗഭാക്കാവുന്നു. ഗതിഭംഗികൾക്കും ഗതിവേഗങ്ങൾക്കും തനതായ ക്രമം സിദ്ധിക്കുകയും ചെയ്യുന്നു. ഈ കാലഘട്ടത്തിൽ ഒരു ഗതിഭംഗം – ധനാത്മകമായതെന്ന് വേണമെങ്കിൽ വിശേഷിപ്പിക്കാം – ഉണ്ടാവുന്നെന്ന് നാം മനസ്സിലാക്കുന്നു. തീവ്രവാദത്തിന്റെ ധാരണകളിൽ അധിഷ്ഠിതമായ രചനകൾ ഓരോന്നായി അകന്നകന്ന് പോകയാണ്. അഥവാ, അവ്വിധം രചനകൾ ഉണ്ടാവുന്നെങ്കിൽ തന്നെയും അവ ഒരു ആത്മവിശകലനത്തിനുള്ള പ്രവണതയാണ് പ്രകടിപ്പിക്കുന്നത്. ആദ്ധ്യാത്മികതയുടെ പ്രസക്തി അവർ തിരിച്ചറിഞ്ഞതുപോലെ കൂടി തോന്നിയേക്കാം. പാരിസ്ഥിതികമായ ജാഗ്രത ഇതിൽ അന്തർഭവിക്കുമ്പോൾ, ആധുനിക മനുഷ്യന് ഇതൊഴികെ മറ്റൊരു പോംവഴിയും ഇല്ലെന്നു വരുന്നു. സമഗ്രമായൊരു ദർശനം ഈ മാർഗ്ഗത്തിലൂടെയേ കരഗതമാകയുള്ളൂവെന്ന് അല്പം ചില മനീഷികൾ പറയുന്നത് ഒരു ശുഭകിരണമാണ്. മനുഷ്യനെ നിരാർദ്രതയിലേക്ക് തള്ളിവീഴ്ത്തുന്ന പ്രത്യയശാസ്ത്രങ്ങളുടെ പുനർവിചാരണ ധന്യമൊയൊരു വ്യതിയാനവുമാണ്. അന്തർദർശനത്തിന്റെ വിസ്മൃതികൾ നാം സ്വീകരിച്ചു തുടങ്ങുന്നതിന്റെ നാന്ദിയാണത്. മിസ്റ്റിക്കെന്നു വച്ചാൽ തനിക്കു ചുറ്റുമുള്ള നിശ്ചേതനമായ ശൂന്യതയിൽ ലയിക്കാനുള്ള വാഞ്ഛയുമായി തപഃസ്ഥിതനാവുന്നവൻ എന്ന ഏണസ്റ്റ്ഫിഷറുടെ സങ്കല്പം അസാധുവായി പരിണമിച്ചിരിക്കുന്നു. നമുക്കു ചുറ്റുമുള്ളത് ഏറ്റവും

ജൈവവമായ ഒരു സത്തയാണെന്ന ബോധം സംപ്രാപ്തമായിരിക്കയാൽ മനുഷ്യന്റെ ആത്മീയമായ ഉത്ക്കണ്ഠകൾ ഒരു സ്വയം തിരിച്ചറിവിലൂടെയേ പരിപൂരിതമാകയുള്ളൂ എന്നു പറയുന്നത് തപഃസ്ഥിതരായ സന്യാസിമാരല്ല; ന്യൂക്ലിയർ ശാസ്ത്രജ്ഞന്മാരാണ്. ഭരണകൂടത്തെ തങ്ങളുടെ പരിഗണനകളിൽനിന്ന് മാറ്റിനിർത്തി ചൂഷണത്തിന് അനുയോജ്യമായ ഒരു തത്ത്വശാസ്ത്രം പ്രചരിപ്പിക്കുന്നവരെന്ന് ഈ ചിന്തകരെ അപഹസിക്കുന്നവർ ഇല്ലാതില്ല. ആ അപഹാസങ്ങൾ അചികിത്സ്യമായൊരു മിഴിച്ചോപ്പിന്റെ ലക്ഷണമായി മാത്രം കണ്ടാൽ മതി. കാരണം, ഈ ശാസ്ത്രജ്ഞർ ആരംഭിക്കുന്നത് മനുഷ്യനിൽനിന്നു പോലുമല്ല. അവരുടെ ഗ്രാസ് റൂട്ട് ലെവൽ ഒരു പുഴുവിൽനിന്നു തടങ്ങുന്നു. "എല്ലാ രാഷ്ട്രങ്ങളും കൊഴിഞ്ഞുപോയാലും ഒരു പുഴുവിന്റെ അവകാശത്തിനുവേണ്ടി എന്റെ രാഷ്ട്രീയം തുടർന്നു കൊണ്ടിരിക്കും.' നിങ്ങൾക്ക് അപരിചിതമായ ഈ വരി - പന്ത്രണ്ടു കൊല്ലങ്ങൾക്കുശേഷം മേതിൽ രാധാകൃഷ്ണൻ പ്രസിദ്ധീകരിച്ച അടയാളം എന്ന കാവ്യസമാഹാരത്തിൽനിന്ന്- അതിന്റെ കുളുർമ കൊണ്ടൊന്നു മാത്രം എന്റെ മനസ്സിലേക്ക് ഇരമ്പിവരുന്നു.

സമുദാരമായ ഇത്തരമൊരു രാഷ്ട്രീയാവബോധമാണ് പി. സുരേന്ദ്രനുള്ളത്. സ്വന്തം ചോരയിൽ വിരൽമുക്കി പേരെഴുതുകയെന്നത് അനുഷ്ഠാനമായിത്തീർന്ന ഒരു സംഘടനയിൽ സുരേന്ദ്രൻ പ്രവർത്തിച്ചിരുന്നോ എന്നെനിക്ക് നിശ്ചയമില്ല. എങ്കിലും ഏതെല്ലാമോ പനിക്കോളുകളിലൂടെ ഈ യുവാവ് കടന്നുപോയിട്ടുള്ളതായി എനിക്കു മനസ്സിലാക്കാൻ കഴിഞ്ഞിട്ടുണ്ട്. പ്രായത്തിന്റെ തരളതയ്ക്ക് താങ്ങാൻ വയ്യാത്തവിധം കഠിനമായ ചില തെരഞ്ഞെടുപ്പുകൾക്ക് വിധേയനായിട്ടുള്ളതായും. സുരേന്ദ്രൻ പ്രത്യയശാസ്ത്രപരമായ ഒത്തുതീർപ്പുകൾക്ക് വഴങ്ങുകയല്ല ചെയ്തത്. എങ്കിൽ മഹായാനം പോലൊരു കൃതി ഉയിർക്കൊള്ളുകയില്ലായിരുന്നു. അതിന്റെ പേര് ധ്വനിപ്പിക്കുന്നതു പോലെ സ്യഷ്ടിയുടെ മോക്ഷത്തിനപ്പുറം സമഷ്ടിയുടെ മോക്ഷം കാംക്ഷിക്കുന്ന ഒരു സംഘടനയുടെ പ്രമാണപത്രം മാത്രമായേനെ. (ഹീനയാനക്കാർ സമഷ്ടിയുടെ മോക്ഷത്തേക്കാൾ സ്യഷ്ടിയുടെ മോക്ഷമാണ് അഭിലഷിക്കുന്നത്. ആദിബുദ്ധമതത്തിന്റെ അന്തസ്സാരത്തിൽനിന്നുമുള്ള ഒരു വ്യതിചലനം മഹായാനത്തിൽ പ്രതിഫലിക്കുന്നുണ്ട്. ജീവന്റെ നിശ്ശേഷനാശത്തിലല്ല, നിത്യജീവിതത്തിലാണ് മോക്ഷമെന്ന വിവക്ഷയാണത്). ഒറ്റപ്പെട്ടുപോവുന്ന മനുഷ്യന്റെ അന്വേഷണത്വരയ്ക്ക് ഇവിടെ ഊന്നൽ നൽകപ്പെടുന്നു. മഹായാനത്തിലെ ഈ

ഉൾപ്പിരിവ് ഒത്തുതീർപ്പുകൾക്കപ്പുറത്തമുള്ള ഒരു കിനിവാണ്. 'പ്രത്യയശാസ്ത്രം മനുഷ്യനിലെ ജലാംശം വറ്റിച്ചുകളയുകയാണെങ്കിൽ അതിന്റെ തരിശിനെ നാമെന്തിന് പരിഗ്രഹിക്കണമെന്ന്' സുരേന്ദ്രന് ചോദിക്കാൻ കഴിയുന്നത് മനസ്സിലെ ഈ കിനിവ് മൂലമാണ്. ചിറകു മുളയ്ക്കാനായി ഭൂമി തുരന്നുതുരന്ന് അവസാനം ഭൂഗർഭജലത്തിൽ ചെന്ന് പതിക്കുന്ന എലിയുടെ കഥ ഒരു നാടോടിസ്മൃതിയായി കവി മനസ്സിൽ തെളിയുന്നത് അർത്ഥവത്താണ്. ആയുധിയുടെ നിമിഷം കഴിഞ്ഞുവെന്ന് നമ്മുടെ ഏറ്റവും ആർദ്രമനസ്കരനായ ഒരെഴുത്തുകാരൻ എഴുതുന്നതിനെ, ഒരു തീവ്രവാദിയുടെ കയ്പ് ഏറ്റുവാങ്ങിയശേഷം സുരന്ദ്രനെപ്പോലെയുള്ളവർ ശരിവയ്ക്കുന്നത് കൃതാർത്ഥത നൽകുന്നു. മുളപൊട്ടലുകളുടെയും വേർപെടലുകളുടേയും കഥ ഏതെല്ലാമോ യുക്ത്യതീതതലങ്ങളെ ആസ്പദിച്ചാണെന്ന് വിശ്വസിക്കുന്ന ഞാൻ സുരേന്ദ്രനെ സന്ധിക്കുന്നത് ഈ പ്രകാശരേഖയിലാണ്. നാം ഏറ്റുവാങ്ങിയ ഞെട്ടലുകൾ, ഖേദങ്ങൾ, മൃദുലതകൾ നമ്മുടെ ആന്തരരേഖകളെ നിർണ്ണയിക്കുന്നു. അതിൽ അന്യോന്യം തർക്കിക്കേണ്ടതില്ല. പക്ഷേ, ഈ തർക്കം അതിജീവിക്കാനുള്ള പാകത സിദ്ധിക്കുക, പ്രകൃതിയെയും മനുഷ്യനെയും മുൻവിധികളില്ലാതെ വരവേല്ക്കുമ്പോൾ മാത്രമാണ്. എന്നോ എഴുതിവെച്ച സൂക്തങ്ങളുടെ ശുഷ്കതയിൽ തറഞ്ഞുപോയ മനസ്സിന് എന്നേക്കുമായി ആ കാഴ്ചവട്ടം നഷ്ടമാവുന്നു. ശില്പപരമായ ചില പാളിച്ചകൾ ഉണ്ടെങ്കിൽപ്പോലും ഈ പരിച്ഛേദത്തിൽ അത്തരമൊരു കാഴ്ചവെട്ടമുണ്ട്. തിമിരം ബാധിച്ച കുറേ മൂഢാത്മാക്കൾക്കെങ്കിലും അത് കാമ്യമായൊരു അഞ്ജനചികിത്സയായിത്തീർന്നേക്കാം.

(മഹായാനത്തിന്റെ ഡി.സി.ബി. പതിപ്പിനെഴുതിയ അവതാരിക)

ഒന്ന്

ചാഞ്ഞുനിൽക്കുന്ന വൃക്ഷക്കൊമ്പുകൾ വകഞ്ഞുമാറ്റി കാടിന്റെ ഹരിതഗുഹയിലേക്ക് നുഴഞ്ഞുകയറുമ്പോൾ കവിയുടെ ഓർമ്മയിൽ ബാല്യത്തിന്റെ പച്ചത്തുരുത്തും അതിലൊരു മഹാവൃക്ഷമായി അച്ഛനും തുരുത്തിനു ചുറ്റും കണ്ണെത്താത്ത ദൂരത്തോളം ശ്യാമനിറമാർന്ന ജല പ്പരപ്പും മാത്രം ബാക്കിയായി. പരുപരുത്ത വൃക്ഷശാഖകളിൽ പിടി ക്കുമ്പോൾ അവ ഊഷ്മളമായി തോന്നി കവിക്ക്. ചോരയുടെ വിദ്യു ത്പ്രവാഹം വിരൽത്തുമ്പിലൂടെ പടരുന്നതുപോലെ. ഇല ത്രസിക്കുന്ന ചുള്ളിക്കമ്പുകൾ ശിരസ്സിൽ തട്ടുമ്പോൾ അച്ഛന്റെ വിരലുകൾ മുടി കോതിത്തരുന്നതുപോലെ. അരുവിയുടെ താരാട്ടുകേട്ട് ഇലപടർന്ന ബലിഷ്ഠമായ നെഞ്ചിൽ പറ്റിച്ചേർന്ന് പ്രേതസ്വപ്നങ്ങൾ കാണാതെ നൂറ്റാണ്ടുകളോളം മയങ്ങിക്കിടക്കണമെന്ന് കവി ആശിച്ചു.

വർഷത്തിലൊരിക്കൽ പട്ടാളബാരക്കിൽനിന്ന് അവധിയിലെത്തുന്ന സാന്നിദ്ധ്യവും ഇതുപോലെ പരുപരുത്തതും കാരുണ്യമാർന്നതുമാ യിരുന്നുവെന്ന് കവി ഓർമ്മിച്ചു. ഉമ്മറത്തിണ്ണമേൽ കിടക്കുമ്പോൾ അച്ഛൻ ദിവാസ്വപ്നം കാണുകയായിരിക്കും. കൈവിരലുകൾ കുട്ടി യുടെ ശിരസ്സിൽ. അച്ഛന്റെ കൈയോട് തന്റെ കൈ ചേർത്തുപിടിച്ച് അതിന്റെ വ്യത്യാസം നോക്കലായിരുന്നു അന്നൊക്കെ കുട്ടിയുടെ വിനോദം.

“അച്ഛന്റെ കൈയെന്താ എന്റെ കൈപോലെ മിനുസല്യാത്തത്?’

അച്ഛൻ ചിരിക്കും. കൈപ്പത്തിയുടെ ഉള്ളനടിയിലെ പാറകളിൽ ഊക്കോടെ വിരലമർത്തി കുട്ടി ഞരങ്ങുമ്പോൾ അച്ഛൻ പറയും:

“അതൊക്കെ തഴമ്പാ. അതാ ഇത്ര ഒറപ്പ്.”

“എന്താ എന്റെ കൈയില് തഴമ്പു വരാത്തത്?”

“മോന്റെ കൈയിലെങ്ങന്യാ തഴമ്പ് വര്വാ. അച്ഛൻ തോക്കു പിടി

ച്ചിട്ടാ തഴമ്പു വന്നത്.”

“തോക്കു പിടിച്ചാ എല്ലാവരടേം കൈയ് ഇതുപോലാവ്വോ?”

“ഉം.”

ഉത്തരമായി അമർത്തിയ മൂളൽ മാത്രം. അപ്പോൾ അച്ഛന്റെ മുഖത്തെനിലാവിനു തീപിടിക്കും. ആരോടെന്നില്ലാതെ അച്ഛൻ പറയും:

“കൈയില് മാത്രമല്ല, മനസ്സിലും തഴമ്പുവരും. കറുകറുത്ത പാറകൾ. പിന്നെ അവയുടെ അറ്റം കൂർത്ത് ബയണറ്റാവും. അല്ലങ്കിൽ തഴമ്പിന്റെ മുഖം പൊട്ടി തോക്കിൻകുഴലാവും.”

അതുപറഞ്ഞ് അച്ഛൻ നിശ്വസിക്കും.

“പട്ടാളക്കാരനായാൽ എന്റെ കൈയിലും തഴമ്പുണ്ടാവില്ലേ?”

“വേണ്ട. എന്റെ മോൻ പട്ടാളക്കാരനാവണ്ട. ഉറുമ്പിനെപ്പോലും നോവിക്കാതെ വളരണം. അങ്ങന്യാ നല്ല കുട്ടികള്.”

കുട്ടിയുടെ ചിന്ത താളംതെറ്റുകയാണെന്നറിയുമ്പോൾ അച്ഛൻ കുട്ടിയെയും കൊണ്ടു പറമ്പിലേക്കിറങ്ങും.

അച്ഛന്റെ ചുമലിലിരിക്കാൻ കുട്ടിക്കിഷ്ടമായിരുന്നു. അവിടെയിരുന്ന് അണ്ണാനോടും കൂരിയാറ്റയോടും ചിലയ്ക്കാം. നിലത്തുനിന്ന് കയ്യെത്താത്ത കാരപ്പഴവും പൂച്ചെടിപ്പഴവും പറിച്ചുതിന്നാം. കൊച്ചുമരങ്ങളുടെ ശിരസ്സിലിരുന്നു ചിരിക്കുന്ന ശംഖുപുഷ്പങ്ങൾ പൊട്ടിക്കാം. താനും വലിയ ആളായെന്ന് കുട്ടിക്ക് തോന്നുന്ന അപൂർവസന്ദർഭങ്ങളാണവ.

അച്ഛൻ അമ്പഴങ്ങ വെടിവെച്ചു വീഴ്ത്തിയതും ഇതുപോലൊരു കാട്ടിൽവെച്ചായിരുന്നുവെന്ന് കവി ഓർമ്മിച്ചു.

അന്ന് കുട്ടിക്ക് പത്ത് വയസ്സായിരുന്നു. കുട്ടി ആദ്യമായി തോക്ക് കാണുന്നത് അന്നാണ്. തോക്കിന്റെ ഉപയോഗത്തെപ്പറ്റി കേട്ടറിഞ്ഞിട്ടേ ഉണ്ടായിരുന്നുള്ളൂ. ആ തവണ ലീവിൽ വന്നപ്പോൾ അച്ഛൻ എയർഗൺ കൊണ്ടുവന്നു. തോക്കുധാരിയായ അച്ഛന്റെ കൈയിൽ തൂങ്ങി വൃക്ഷങ്ങളുടെ ശീതളസാന്ത്വനമറിഞ്ഞു നടന്ന അന്നാണ് കുട്ടി ആദ്യമായി കാടിന്റെ നിബിഡത അറിയുന്നത്. അക്കാലത്ത് കുട്ടിയുടെ വീടിന്റെ പടിഞ്ഞാറ് ഇടതൂർന്ന വനമായിരുന്നു. കൃഷിയിടങ്ങൾക്കപ്പുറം പ്രശാന്തനീലിമ. അത് കുട്ടിക്ക് വിലക്കപ്പെട്ട ഭൂമിയായിരുന്നു. അവിടെനിന്നു കേൾക്കുന്ന കാട്ടുകോഴിയുടെ നിലവിളിയായിരുന്നു കുട്ടിക്ക് കാട്. ഇടയ്ക്കാക്കെ വഴിതെറ്റി പുരപ്പുറത്തോളമെത്തുന്ന കുരങ്ങന്മാരും കപ്പയും ചേമ്പും മാന്തിത്തിന്ന് പകരം മുള്ളുകൾ ഉപേക്ഷിച്ചുപോകുന്ന മുള്ളൻപന്നികളും ആ കാട്ടിലാണ് വസിക്കുന്നതെന്ന് അച്ഛൻ പറഞ്ഞു

കൊടുത്തിട്ടുണ്ടായിരുന്നു. ആ കാട്ടിലേക്കാണ് കൃഷിഭൂമിയുടെ ലക്ഷ്മണരേഖയും മറികടന്ന് അച്ഛൻ കൊണ്ടുപോയത്. കാടിന്റെ പച്ചയിരുട്ടിൽ എത്തിയതും കുട്ടിക്ക് നേർത്ത ഭീതി തോന്നി. ധൈര്യവാനാവാൻ ഭയം മറച്ചുവയ്ക്കണമായിരുന്നു. പച്ചയിലേക്ക് ആഴ്ന്നാഴ്ന്നു പോകവെ മലയണ്ണാന്മാരും കുരങ്ങന്മാരും വേഴാമ്പലുകളും സജീവമായ സാന്നിദ്ധ്യമായിത്തുടങ്ങി. പാദപതനശബ്ദമറിയുമ്പോൾ പൊന്തകളിലേക്ക് അപ്രത്യക്ഷമാവുന്ന കാട്ടുകോഴികൾ കുട്ടിക്കൊരത്ഭുതമായിരുന്നു. ഇത്രയും ചെറിയ പക്ഷികൾ ചെവി തുളയ്ക്കുന്ന ഒച്ചയുണ്ടാക്കുന്നതെങ്ങനെ?

"എന്തിന്യാ വെടിവയ്ക്കണ്ടേ?"

അച്ഛൻ ചോദിച്ചു.

"കുരങ്ങനെ."

അതുപറഞ്ഞ് കുട്ടി പീഞ്ഞമരത്തിന്റെ നെറുകയിലിരുന്ന് ഉറ്റുനോക്കുന്ന കുരങ്ങന്മാർക്കു നേരെ വിരൽചൂണ്ടി. അച്ഛൻ തോക്ക് ഉന്നംപിടിച്ചു. കുട്ടി വീർപ്പടക്കിനിന്നു. പീഞ്ഞമരത്തിനു മുകളിലെ കുരങ്ങൻ കൈകൂപ്പി. വെടിപൊട്ടുന്നതിനുമുമ്പ് അച്ഛൻ കൈതാഴ്ത്തി. അച്ഛന്റെ നോട്ടം കുട്ടിയുടെ നേർക്ക് വീണപ്പോൾ കണ്ണുകളിൽനിന്ന് കാരുണ്യം പൊട്ടിയൊഴുകുന്നത് കുട്ടി കണ്ടു. കുട്ടിക്കൊന്നും മനസ്സിലായില്ല.

"എന്താ വെടിവയ്ക്കാത്തേ?"

"കുരങ്ങന്മാരെ വെടിവയ്ക്കാൻ പാടില്ല. പാപം കിട്ടും."

"എന്നാൽ ഒരണ്ണാനെ മതി."

അവർ അണ്ണാനെത്തേടി നടക്കാൻ തുടങ്ങി. കൂടുണ്ടാക്കാൻ പനനാരുകളുമായി മരത്തിലേക്ക് പാഞ്ഞുകയറുന്ന ഒരണ്ണാനെ കുട്ടിയാണ് കണ്ടെത്തിയത് അവൻ കൈയടിച്ചു തുള്ളിച്ചാടി:

"അതാ അണ്ണാൻ. അതാ അണ്ണാൻ.'

പക്ഷേ, അച്ഛന് വെടിവയ്ക്കാൻ കഴിഞ്ഞില്ല.

"വേണ്ട ഉണ്ണീ. ശ്രീരാമസ്വാമിയുടെ അനുഗ്രഹം കിട്ടിയ ആളല്ലേ അണ്ണാൻ."

അണ്ണാനെക്കുറിച്ച് മുത്തശ്ശി പറഞ്ഞുതന്ന കഥ കുട്ടിക്ക് ഓർമ്മവന്നു. അപ്പോൾ കുട്ടിക്കും തോന്നി അണ്ണാനെ വെടിവയ്ക്കേണ്ടെന്ന്. പക്ഷേ, ഒരു ജീവിയെയെങ്കിലും വെടിവച്ചു വീഴ്ത്തുന്നത് കാണണമായിരുന്നു അവന്.

"എന്നാൽ ഒരു വേഴാമ്പലിനെ മതി."

പക്ഷേ, അച്ഛൻ അതിനും സമ്മതിച്ചില്ല.

"പാടില്ല ഉണ്ണീ, വേഴാമ്പല് നിലവിളിക്കണത് കേട്ടിട്ടില്യേ. ദാഹിച്ച് നിലവിളിക്യാ. അതിനെ കൊന്നാൽ പത്തു ജന്മംകൊണ്ട് പാപം തീരില്യ. മരിച്ചാൽ ആത്മാവ് നരകത്തിലെ മരുഭൂമിയിലൂടെ വെള്ളംകിട്ടാതെ അലയും. ആത്മാവ് സ്വർഗത്തിൽ പോയില്ലെങ്കിൽ എങ്ങന്യാ മോക്ഷം കിട്ട്വാ?"

കുട്ടിക്ക് ഉത്തരമില്ലായിരുന്നു. അച്ഛന്റെ വചനങ്ങളുടെ പൊരുൾ കുട്ടിക്ക് മനസ്സിലായില്ല. മുത്തശ്ശിയും ഇങ്ങനെയൊക്കെ പറയാറുണ്ടെന്നു മാത്രം കുട്ടിക്കറിയാം.

കാട്ടിൽനിന്ന് തിരിച്ചുപോരുമ്പോൾ അച്ഛൻ ഒരു കുല അമ്പഴങ്ങ വെടിവെച്ചു വീഴ്ത്തി.

അച്ഛനെക്കുറിച്ചുള്ള ഓർമ്മകൾ എപ്പോഴും ഇവിടെ തടഞ്ഞു നിൽക്കുന്നു. പത്തുവയസ്സുകാരന്റെ ഓർമ്മയ്ക്കപ്പുറം ഒരിക്കലും അച്ഛൻ ജൈവരൂപം കൊണ്ടിട്ടില്ലെന്നറിയുമ്പോൾ എല്ലാ വൃക്ഷങ്ങളും തലകുത്തിനിന്നു കിതയ്ക്കുന്നത് ഒരു നിമിഷം കവിയുടെ ദൃശ്യപഥത്തിൽ വെളിവാവാറുണ്ട്. അതുപോലെ ഇപ്പോഴും...

പിന്നെ കാഴ്ചപ്പുറത്ത് ഇരുട്ടുപടരവെ നടവഴിയിൽ തടഞ്ഞ ഒരു വൃക്ഷത്തിന്റെ കൈയിൽ തൂങ്ങി കവി തലകുനിച്ചുനിന്നു കിതച്ചു. കുട്ടിക്കഥയുടെ ചാന്ദ്രവെളിച്ചം പൊടുന്നനെ ഇല്ലാതായതും സാന്ദ്രമാകാത്ത ഹിമശിലയായി അഭിമന്യു കവിയെ നോക്കിനിന്നു. പിന്നിട്ട വഴികളുടെ ദുർഘടതയൊന്നുമറിയാതെ കവിയുടെ സ്മൃതിവനത്തിനു മീതെ ഒരപ്പൂപ്പൻതാടിയായി ഒഴുകിക്കൊണ്ടിരിക്കുകയായിരുന്നു അഭിമന്യു. വൃക്ഷശാഖയിൽ കൈതൂക്കി തലതാഴത്തിനിന്നു കിതയ്ക്കുന്ന കവിയെ ഇമവെട്ടാതെ നോക്കിനിന്നപ്പോൾ കവിക്ക് ക്രൂശിതന്റെ രൂപമാണെന്ന് അഭിമന്യുവിന് തോന്നി. അല്പം കഴിഞ്ഞ് ഇരുട്ടിന്റെ പാളികൾ ഒന്നൊന്നായി ചിതറിവീണ് കാടിന്റെ പച്ചയിലേക്ക് തന്നെ തിരിച്ചെത്തിയപ്പോൾ കവി അഭിമന്യുവിനുനേരെ മുഖമുയർത്തി.

ബാല്യം കുളംപച്ചയായിരുന്നു.

കവി പറഞ്ഞു:

"എനിക്കിതൊക്കെ അച്ചടിമഷി പുരണ്ട നാടോടിക്കഥ മാത്രമാണ്. ഓർമ്മ വെച്ച നാൾമുതൽ നഗരത്തിന്റെ കാർബൺ ശ്വസിച്ചു വളർന്നവന് എങ്ങനെ ഹരിതസ്മൃതികളുണ്ടാവാൻ?" അഭിമന്യു വിഷാദിച്ചു.

വഴിതെറ്റി സഞ്ചരിച്ചവർ നാടകീയമായ യാഥാർത്ഥ്യത്തിലേക്കു തന്നെ തിരിച്ചെത്തിയപ്പോൾ അഭിമന്യു ചോദിച്ചു:

''ഇനി എത്രദൂരം പോകണം?"

"കുന്നിന്റെ അങ്ങേ ചെരിവിലേക്കിറങ്ങിയാൽ പാപനാശിനിയായി. അതുകഴിഞ്ഞാൽ പിന്നെയും കാടാണ്. അതും പിന്നിട്ടുവേണം കോട്ടയിലെത്താൻ."

കൂട്ടാളികൾ അപ്പോഴും അവിടെയെത്തിയിരുന്നില്ല.

"അവരുംകൂടി വന്നോട്ടെ. എന്നിട്ടു നടക്കാം."

അതുപറഞ്ഞ് ഒരു ശിലാഗ്രത്തിൽ കയറി അഭിമന്യു തന്റെ സഹാക്കൾ കയറ്റം കയറിയെത്തുന്നതു നോക്കിനിന്നു. ഏറ്റവും പിറകിലായിരുന്നു ഊർമിള.

രണ്ട്

കയറ്റം കയറിയെത്തുമ്പോൾ ദത്തനും വിനയനും കിതയ്ക്കുകയായിരുന്നു. ദത്തന് ശരിക്കും ഒരു കുട്ടിയുടെ മുഖമായിരുന്നു അപ്പോൾ. അവൻ ഒരു പാറയിൽ ഇരുപ്പുറപ്പിച്ചു.

വിനയൻ വൃക്ഷക്കൊമ്പിൽ തൂങ്ങി ഊർമ്മിളയെ നോക്കി. പൗലോസ് മാത്രം ഭയം ഗ്രഹിച്ചവനെപ്പോലെ അവരെ ഓരോരുത്തരെയും തുറിച്ചുനോക്കി. അവന്റെ കണ്ണുകളിൽ വിഭ്രാന്തി നിറയുന്നതു കവി കണ്ടു. അവൻ കരഞ്ഞേക്കുമോ എന്നുപോലും കവിക്കു തോന്നി. പൗലോസിന്റെ ചുമലിൽ റൈഫിൾ അനാഥമായി തൂങ്ങിക്കിടന്നു.

‘‘തളർന്നുപോയെങ്കിൽ തോക്ക് ഞാൻ പിടിക്കാം.”

പൗലോസ് മറുപടി പറഞ്ഞില്ല. പകരം വിരണ്ട നോട്ടം മാത്രം. കവി പൗലോസിന്റെ ചുമലിൽനിന്ന് റൈഫിൾ അഴിച്ചെടുത്തു. അതുതന്റെ ചുമലിൽ തൂക്കുമ്പോൾ കവി പറഞ്ഞു:

“ജീവകാരുണ്യം കൊലമരത്തിലേക്കുള്ള പാതയായിത്തീർന്നവന്റെ പുത്രന് തഥാഗത ശിരസ്സ് തോക്ക് ഉന്നംപിടിക്കാനുള്ള പാറ മാത്രമായിത്തീരേണ്ടതാണ്.”

പിന്നെ കവി പൊട്ടിച്ചിരിച്ചു. അപ്രതീക്ഷിതമായ ചിരി പൗലോസിനെ പേടിപ്പെടുത്തി.

വിനയനും അഭിമന്യുവും മാത്രം അതൊന്നും ശ്രദ്ധിക്കുന്നില്ലായിരുന്നു. അവർ ഊർമ്മിളയെ നോക്കി നില്ക്കയായിരുന്നു. കല്ലു വീണിട്ടും ഇളകാത്ത തടാകങ്ങൾ കവിയെ മടുപ്പിച്ചു. കവി കൂടുതലൊന്നും പറയാൻ നിന്നില്ല. ഉയർന്നുനിൽക്കുന്ന ഇഞ്ചിപ്പുല്ലുകൾ വകഞ്ഞുമാറ്റി കവി യാത്ര തുടർന്നു. പൗലോസ് യാന്ത്രികമായി കവിയെ അനുഗമിച്ചു.

‘സഖാവേ, ഇവിടെ വെള്ളം കിട്ടുമോ? കുറച്ച് ബ്രഡ്ഡ് തിന്നാമായി

രുന്നു."

ദത്തൻ തന്റെ ഭാണ്ഡത്തിൽനിന്ന് ബ്രഡ്സ് പുറത്തെടുത്തു.

"കുറച്ചുകൂടി പോയാൽ പാപനാശിനിയായി." കവി വിളിച്ചുപറഞ്ഞു.

ദത്തനും ഭാണ്ഡം ചുമലിൽ തൂക്കി എഴുന്നേറ്റു. അവൻ കവിയേയും പൗലോസിനെയും പിന്തുടർന്നു.

"സഖാവ് നടന്നോളൂ."

ഊർമ്മിള കയറ്റം കയറിയെത്തിയപ്പോൾ അഭിമന്യു വിനയന്റെ ചുമലിൽ കൈവെച്ചു പറഞ്ഞു. വിനയന് അപ്പോഴാണ് പരിസരബോധമുണ്ടായത്. ഊർമ്മിള കയറ്റം കയറുന്നതു നോക്കിനിന്നപ്പോൾ പച്ചിലകളുടെ സ്മൃതി ഗോപുരത്തിലേക്കു കാട്ടുവള്ളികളിലൂടെ തൂങ്ങിക്കയറുകയായിരുന്നു വിനയൻ.

അഭിമന്യുവിന് ഊർമ്മിളയോട് എന്തെങ്കിലും പറയാനുണ്ടാവുമെന്ന് വിനയനറിയാം. അച്ചടക്കമുള്ള സഖാവായി അവൻ കൂട്ടാളികൾക്കൊപ്പം നടന്നു.

ഊർമ്മിള അഭിമന്യുവിനെ ശ്രദ്ധിച്ചതേയില്ല. അവൾ തിരിഞ്ഞുനിന്ന് താഴ്വരയിലേക്ക് നോക്കി. മുൾക്കാടുകൾക്കും കൂർത്ത പാറകൾക്കും ഇടയിലൂടെ താൻ കയറിവന്ന വഴി അവൾക്ക് അത്ഭുതമായി. അവൾ സാരിപൊക്കി കണങ്കാലിലേക്കു നോക്കി; മുള്ളുവള്ളികൊണ്ട് മുറിഞ്ഞ പാടുകളിൽ ചോര പൊടിയുന്നുണ്ടായിരുന്നു. നീറ്റൽ പടർന്നുകയറുന്നത് ഊർമ്മിള അറിഞ്ഞു. അവൾ അപ്പോൾ അഭിമന്യുവന് അഭിമുഖമായി നിന്നു. ആർദ്രമായ കണ്ണുകളിലേക്ക് അഭിമന്യു നിസ്സംഗനായി നോക്കി.

നടന്നുകയറാനുള്ള വഴി ഇതിലേറെ അപകടകരമാണെന്ന് അഭിമന്യുവിനറിയാം. ഇവിടെ വികാരങ്ങൾക്കു തീരെ പ്രസക്തിയില്ല. ഈ വഴികളിലൊക്കെയും കരുത്തനായ പോരാളിയായി തന്റെ സഖാക്കളെ നയിച്ചവനാണല്ലോ അഭിമന്യു.

ഹൃദയങ്ങൾക്കുപകരം തലച്ചോറുകളാണ് ഇപ്പോൾ വേണ്ടത്.

"കടന്നുവന്ന വഴികൾ വിസ്മയിപ്പിക്കുന്നു, അല്ലേ?"

അഭിമന്യു ചോദിച്ചു:

"ഇനിയും കുന്നുകയറണോ?"

''അറിയില്ല. മറുചെരിവിൽ പാപനാശിനിയാണത്രെ. അതുകഴിഞ്ഞാൽ കുറേക്കൂടി നടക്കണമെന്നാണ് കവി പറഞ്ഞത്.'

ഊർമ്മിള നിശ്വസിച്ചു. വാക്കുകൾ വിങ്ങിനിറഞ്ഞ ഒരഗ്നിപർവ്വതമായിരുന്നു അവൾ. പക്ഷേ, അഭിമന്യുവിന്റെ തിളക്കമാർന്ന കണ്ണുക

ളിലേക്ക് നോക്കിയപ്പോൾ താനാകെ ചുരുങ്ങുന്നതുപോലെ ഊർമ്മി ളയ്ക്ക് തോന്നി.

എല്ലാ വിപ്ലവബോധത്തിനുമപ്പുറം സ്ത്രീയുടെ സ്വത്വം കൂടി തന്നി ലുണ്ടെന്ന് ഊർമ്മിളയ്ക്ക് ബോധ്യപ്പെടുന്നത് അഭിമന്യുവിന്റെ മുമ്പിൽ നിൽക്കുമ്പോൾ മാത്രമാണ്. അവർ നടന്നു. 'കാട്ടിൽ വഴി തെറ്റാൻ എളുപ്പമാണ്.' അഭിമന്യു പറഞ്ഞു.

സഖാക്കൾ കാഴ്ചപ്പുറത്തുനിന്ന് അപ്രത്യക്ഷരായിരുന്നു. ഊർമ്മി ളയുടെ ഭാണ്ഡം അഭിമന്യു വാങ്ങി. രണ്ടു ഭാണ്ഡങ്ങളും പേറി നടക്കു മ്പോഴും അഭിമന്യു കുനിയുന്നില്ലെന്ന് ഊർമ്മിള ശ്രദ്ധിച്ചു. അപ്പോൾ വല്ലാത്ത സുരക്ഷിതത്വം തോന്നി അവൾക്ക്.

കുന്നിന്റെ മറുചെരിവിലെത്തിയപ്പോൾ എല്ലാവരും നിന്നു. താഴെ പാപനാശിനി. താഴ്വരയിൽ പടരുന്ന അതിന്റെ ശാന്തിമന്ത്രം ശ്രവിച്ച് ജലപ്പരപ്പിലേക്ക് നോക്കിനിന്നു അവർ. മഞ്ഞവെയിലിൽ പാപനാശി നിയിലെ പാറക്കൂട്ടങ്ങൾ പുരാതന ശിലാവിഗ്രഹങ്ങൾ പോലെ തോന്നി ച്ചു.

"ഇതാണ് പാപനാശിനി. പാപം ചെയ്തവർക്ക് മോക്ഷം നൽകുന്ന ജലം." കവി പറഞ്ഞു.

ഒരുപറ്റം കൊക്കുകൾ നദിക്കരയിൽനിന്നു പറന്നുയർന്നു. അവയുടെ നിലവിളി പതുക്കെപ്പതുക്കെ കാടിന്റെ പച്ചയിൽ വറ്റിപ്പോയി. ദത്തൻ കുന്നിൻചെരിവിലൂടെ പാപനാശിനിയുടെ തീരത്തേക്ക് ഓടിയിറങ്ങി. ഭാണ്ഡം കരയിൽവെച്ച് അവൻ വെള്ളം കോരിക്കുടിച്ചു.

"ഈ നദി മുറിച്ചുകടക്കണം."

അതു പറഞ്ഞപ്പോഴാണ്, നദീതീരത്ത് കുറ്റിച്ചെടികളുടെ മറവിൽ അനാഥമായൊരു തോണി കുറ്റിയിൽ ബന്ധിച്ചു നിർത്തിയത് കവി കണ്ടത്.

"അതുകണ്ടോ?"

കവി തോണിക്കു നേരെ വിരൽചൂണ്ടി.

"പാപം ചെയ്തവനേ പാപനാശിനിയിലേക്ക് ഇറങ്ങേണ്ടതുള്ളൂ. എല്ലാ കർമ്മങ്ങളും മനുഷ്യന്റെ നന്മയിലേക്ക് നീളുമ്പോൾ നദീതീര ത്തെത്തുന്നവർക്ക് മുമ്പിൽ ദൈവത്തിന്റെ യാനപാത്രം പ്രത്യക്ഷമാ വും. അല്ലെങ്കിൽ നദിക്കു കുറുകെ മണൽത്തിട്ട് പിറവികൊള്ളും."

കവി പറയുന്നതുകേട്ടപ്പോൾ അഭിമന്യുവിന് ചിരി വന്നു.

''ഈ നദിക്ക് എത്ര ആഴമുണ്ട്?" വിനയൻ ചോദിച്ചു.

അറിഞ്ഞുകൂടാ. തോണിയുള്ളപ്പോൾ അതേപ്പറ്റി ചിന്തിക്കുന്നതെ

ന്തിന്?" കവി ചോദിച്ചു.

കവിയും വിനയനും അവർക്കു പിറകെ സ്വപ്നാടനക്കാരനായി പൗലോസും കുത്തനെയുള്ള വഴിയിലൂടെ തോണിക്കു നേരെ നടന്നു. അഭിമന്യു മാത്രം ജ്ഞാനിയുടെ നിസ്സംഗതയോടെ നോക്കിനിന്നു.

''എനിക്കും വെള്ളം കുടിക്കണം."

ഊർമ്മിളയും ദാഹിച്ചു തളർന്നിരുന്നു.

"സഖാവ് താഴെയിറങ്ങിക്കോളൂ."

അവൾ അഭിമന്യുവിനെ മറികടന്ന് നദീതീരത്തേക്ക് നടന്നു. തോണിക്കരികിലെത്തിയ അവർ ശവത്തിനു ചുറ്റുമെന്നവണ്ണം പകച്ചുനിൽക്കുമ്പോൾ അഭിമന്യുവിന് കാര്യം മനസ്സിലായില്ല.

അഭിമന്യു താഴേക്കിറങ്ങി.

തോണിക്കരികിലെത്തിയപ്പോൾ അഭിമന്യു അതിനുള്ളിലേക്ക് എത്തിനോക്കി. അടിവശം പൊളിഞ്ഞുപോയ യാനപാത്രമായിരുന്നു അത്. അഭിമന്യുവിന് ചിരിക്കാനാണ് തോന്നിയത്.

'ദൈവത്തിന്റെ യാനപാത്രങ്ങൾ അടിപൊളിഞ്ഞവയാണ്. ജലരൂപംകൊണ്ട വിശ്വാസങ്ങൾ ഉള്ളിൽ കയറി ഇതുപോലെ അനാഥമായി..."

അഭിമന്യു പറഞ്ഞു തീർത്തില്ല. ഉത്തരം തെറ്റിച്ച കുട്ടിയുടേതുപോലെ കവിയുടെ ദയനീയമായ നോട്ടം വാചാലമാവുന്നതിൽനിന്ന് അഭിമന്യുവിനെ വിലക്കി.

''ഇനി മണൽത്തിട്ട് ഉയർന്നുവരുമെന്ന് പ്രതീക്ഷിച്ചിട്ടും കാര്യമില്ല. നമുക്ക് ഇറങ്ങിനടക്കാം."

"എങ്ങനെ ആഴമളക്കും. നനയാൻ പാടില്ലാത്തവ നനഞ്ഞാൽ എന്തു ചെയ്യും?"

നദി വലിയ പ്രതിസന്ധിയായി ദത്തന്.

"ഞാൻ ആഴമളക്കാം."

പ്രതികരണത്തിനു കാത്തുനിൽക്കാതെ കവി തോക്ക് വിനയനെ ഏല്പിച്ച് പാപനാശിനിയിലേക്ക് കാലെടുത്തുവച്ചു. കവി താണു താണുപോകുന്നതുകണ്ട് അവർ വീർപ്പടക്കിനിന്നു. വെള്ളം അരയ്ക്കൊപ്പമാവുമ്പോൾ പകുതിയും പിന്നിട്ടു കഴിഞ്ഞിരുന്നു.

''എല്ലാവരും ഇറങ്ങിനടന്നോളൂ." കവി വിളിച്ചു പറഞ്ഞു.

ഈ സമയം ഊർമ്മിള സാരി പൊക്കി വലിയൊരു മുറിവ് അവരെ കാണിച്ചു. ആഴമുള്ള മുറിവിൽ മഞ്ഞനിറം പടർന്നുതുടങ്ങിയിരുന്നു. അവർ ആ മുറിവു കാണുന്നതപ്പോഴാണ്. ആക്ഷനിടയ്ക്കു സംഭവി

ച്ചതായിരുന്നു അത്. ഊർമ്മിള ആരെയും കാണിച്ചിരുന്നില്ലെന്നു മാത്രം. ഈ മുറിവുമായി അവൾ വലിയ ദൂരം പിന്നിട്ടത് അവരെ അത്ഭുതപ്പെടുത്തി. മുറിവിലേക്ക് നോക്കിയപ്പോൾ വിനയന്റെ മുഖം മ്ലാനമായി:

"വെള്ളം തട്ടിയാൽ പഴുക്കും. നമ്മുടെ കൈവശം മരുന്നൊന്നുമില്ലാത്തതല്ലേ. എന്തു ചെയ്യും?"

വിനയനാകെ പരിഭ്രമമായി.

അഭിമന്യു മാർഗം കണ്ടെത്തിയിരുന്നു.

'സഖാവിനെ ഞാൻ മറുകരയിലെത്തിച്ചോളാം. നിങ്ങൾ ഭാണ്ഡവുമായി നദി കടന്നോളൂ."

അതൊരാജ്ഞയായിരുന്നു. വിനയനും ദത്തനും ഭാണ്ഡങ്ങൾ വാങ്ങി.

അഭിമന്യു ഊർമ്മിളയുടെ കണ്ണുകളിലേക്കുറ്റുനോക്കി. ഏതോ ദുരൂഹത അഭിമന്യു ദർശിച്ചു. അയാൾ മുഖം തിരിച്ചു. എല്ലാം താളം തെറ്റുമോയെന്ന് അഭിമന്യു ഭയന്നു. ഒരു പെൺകുട്ടിയെ കൈകളിലെടുക്കുമ്പോൾ മനസ്സ് പതറിയാൽ യാത്ര അസാദ്ധ്യമായിത്തീരുമെന്ന് അയാൾക്കറിയാം. വിറയൽ മാറ്റാൻ അയാൾ പാടുപെട്ടു.

ഊർമ്മിള സ്ത്രീയല്ല. കോമ്രേഡ് മാത്രം. ഒരു സഖാവ് മറ്റൊരു സഖാവിനെ നദി കടത്തുന്നു. ഇതു വിപ്ലവത്തിന്റെ മാർഗ്ഗമാണ്.

അഭിമന്യു നദിയിലേക്ക് നോക്കി. ഒഴുകുന്ന സ്ഫടികജലത്തിനടിയിൽ കല്ലുകൾ നിശ്ചലമായി കിടക്കുന്നു. ഒഴുക്ക് അവയെ തെല്ലും ബാധിക്കുന്നതേയില്ല. ഒരേ സ്ഥലകാലങ്ങളിൽ കല്ലും വെള്ളവും വേറിട്ടുനിൽക്കുന്നു.

പൊടുന്നനെ അഭിമന്യുവിന് സഖാവിന്റെ പ്രജ്ഞ തിരിച്ചുകിട്ടി. സംശയങ്ങൾ അവസാനിച്ചു. യന്ത്രമനുഷ്യനെപ്പോലെ അഭിമന്യു ഊർമ്മിളയെ കോരിയെടുത്തു.

ഊർമ്മിള അത് പ്രതീക്ഷിച്ചതായിരുന്നു. എന്നിട്ടും അവൾക്ക് തന്നെ നിയന്ത്രിക്കാനായില്ല. അവളിൽനിന്നു മുളങ്കൂട്ടത്തിന്റെ ഞരക്കമുയർന്നു. ചോരയ്ക്കു തീപിടിച്ചതും ഹൃദയത്തിന്റെ മിടിപ്പു വർദ്ധിച്ചു. ആകാശത്തേക്ക് ഉയർന്നു പൊങ്ങുന്നതായി അവൾക്കു തോന്നി. പിന്നെ അഭിമന്യുവിന്റെ ബലിഷ്ഠമായ കരങ്ങളിൽ തളരുമ്പോൾ അവൾ ഇരുപത്തിയെട്ടാം ഡിവിഷനിലെ സഖാവല്ലാതായി.

നേരം പുലരുന്നതിനുമുമ്പ് ചൂട്ടും കത്തിച്ച് കൂട്ടുകാരികൾക്കൊപ്പം തിരുവാതിര കളിക്കാൻ പോകുന്ന പെൺകുട്ടി. ഇളവെയിലിൽ ഊഞ്ഞാലാടുന്ന ഋതുമതി.

കണ്ണടച്ചപ്പോൾ പുരുഷന്റെ പാദസ്പർശമേറ്റ പാറ. മഞ്ഞപ്പൂമരമായി കാറ്റിലാടുന്ന സ്മൃതി മാത്രം ബാക്കിയായി.

ഇതിനുവേണ്ടിയായിരുന്നോ ഇരുപത്തിയഴാം ഡിവിഷനിലെത്തിയത്?

ഈ നദി ഒരിക്കലും അവസാനിക്കാതിരുന്നെങ്കിലെന്ന് ഊർമ്മിള ആശിച്ചു.

മൂന്ന്

നദിക്കരയിൽ മുഴുവൻ ജലപ്പരപ്പിലക്കു ചാഞ്ഞു നിൽക്കുന്ന വള്ളിക്കാടുകളായിരുന്നു. അതിനുകീഴിൽ കാട്ടുപുല്ലുകൾ വളർന്നു നിൽക്കുന്ന ചതുപ്പും. ചവുട്ടിയാൽ മുട്ട്വരെ ആഴ്ന്നുപോകും. മനുഷ്യസ്പർശമേല്ക്കാത്ത പ്രാചീനഭൂമി പോലൊരു തീരം.

ആൾസാന്നിദ്ധ്യമറിഞ്ഞതും ഒരുപറ്റം നെല്ലിക്കോഴികൾ ഭീതിയോടെ നിലവിളിച്ച് പൊന്തകളിൽ മറഞ്ഞു.

''ഇനി കുറച്ചുദൂരം പിന്നിടാൻ നന്നേ വിഷമിക്കേണ്ടിവരും. നുഴഞ്ഞുനുഴഞ്ഞു പോകണം.''

കവി പറഞ്ഞു.

"കാത്തുനിന്നിട്ട് പ്രയോജനമില്ലല്ലോ. സന്ധ്യയാവുമ്പോഴേക്ക് ഒരു താവളത്തിലെത്തണം.

സമയബോധം അഭിമന്യുവിനെ വ്യാകുലപ്പെടുത്തി.

"ഒരു നടവഴി പോലുമില്ലല്ലോ."

കൊച്ചുകുഞ്ഞിന്റേതുപോലെ നിഷ്ക്കളങ്കമായിരുന്നു ദത്തന്റെ പ്രതികരണം.

"വഴികൾ തീർക്കുന്നത് യാത്രക്കാരാണ്."

കവിയുടെ പ്രവാചകസ്വരമുയർന്നു.

"ഇത്തരമൊരിടം തേടിയല്ലേ നമ്മൾ യാത്ര പുറപ്പെട്ടതും?" വിനയൻ ചോദിച്ചു.

കവി പിന്നെ പ്രതികരണങ്ങൾക്കു കാത്തുനിന്നില്ല. വള്ളിക്കുടിലുകൾക്കിടയിലൂടെ നുഴഞ്ഞുകയറി. മറ്റുള്ളവരും ഭാണ്ഡങ്ങൾ ചുമലിലേറ്റി കവിയെ പിന്തുടർന്നു. ഓരോ അടി മുന്നോട്ടുവയ്ക്കാനും നട്ടെല്ലു വളയ്ക്കണമായിരുന്നു. യാത്ര പീഡനമായി അവർ അറിഞ്ഞുതുടങ്ങി. പരസ്പരം തിരിഞ്ഞുനോക്കുന്നതും സംസാരിക്കുന്നതും അവർക്കു

ഭാരമായി. ഊർമ്മിള അല്പം പുറകിലായിരുന്നു. നദി കടന്ന അവൾ നനഞ്ഞ പക്ഷിയായിത്തീർന്നിരുന്നു.

ക്ഷീണം നിറഞ്ഞ കണ്ണുകളുയർത്താൻ അവൾ പാടുപെട്ടു. കാലിൽ കാട്ടുവള്ളികൾ ചുറ്റിപ്പിണയുമ്പോൾ ഒരായിരം സൂചി കുത്തിയിറക്കുന്നതായി അവൾക്കു തോന്നി. വഴികൾ പിന്നിടാൻ കഴിയുമോയെന്നുപോലും അവൾ ഭയന്നു. എന്നിട്ടും ഞരങ്ങുകപോലും ചെയ്യാതെ അവൾ സഖാക്കളെ അനുഗമിച്ചു.

പലപ്പോഴും കണ്ണിറുക്കിയടച്ചാണ് അവർ മുന്നോട്ടു നീങ്ങിയത്. പനി ബാധിച്ചവർ സ്വപ്നത്തിന്റെ പിരിയൻ ഇടനാഴി പിന്നിടുന്നതുപോലെ മുന്നോട്ടു നീങ്ങുന്തോറും വഴി നരകതുല്യമായി. കുറേദൂരം പോയപ്പോൾ കവി വിളിച്ചുപറഞ്ഞു:

"കുറച്ചുകൂടി പോയാൽ നിവർന്നുനടക്കാം.

വളഞ്ഞുകുത്തിയുള്ള നടത്തം വീണ്ടും. പിന്നെ മഹാമരങ്ങളുടെ സാന്നിദ്ധ്യമറിഞ്ഞു തുടങ്ങിയപ്പോൾ അവർക്ക് നിവർന്നു നടക്കാറായി. വൃക്ഷങ്ങൾക്കിടയിലൂടെ ചോരുന്ന വെളിച്ചം ഒരാശ്വാസമായി.

കാട് കവിയെ ലഹരി പിടിപ്പിച്ചു. കവി വാചാലനായി:

"കോട്ടയുടെ ഇപ്പോഴത്തെ അവസ്ഥയെന്താണെന്ന് ആർക്കുമറിയില്ല. മനുഷ്യരിൽനിന്ന് അത് പൂർണ്ണമായും ഒറ്റപ്പെട്ടിട്ട് കാലമേറെയായി. ഇടിഞ്ഞുപൊളിഞ്ഞു വീണിട്ടുണ്ടാവുമോ എന്നുപോലും സംശയിക്കാം. താഴ്‌വരയിലെ ഗ്രാമീണരുടെ പ്രേതസ്വപ്നങ്ങളിൽ മാത്രമാണ് കോട്ട ജീവിക്കുന്നത്. അവരുടെ കഥകളിൽ, കോട്ടയിലേക്ക് പോയവരാരും തിരിച്ചുവന്നിട്ടില്ല. ആദിവാസികൾപോലും കോട്ടയുടെ പരിധിയിൽ വരാൻ ഭയക്കുന്നുവത്രേ."

"ഒരിക്കൽ ദേശാനടക്കാരനായ ഒരു സന്ന്യാസിയോടൊപ്പം ഞാൻ കോട്ടയിൽപ്പോയിട്ടുണ്ട്. വർഷങ്ങൾക്ക് മുമ്പാണത്. കോട്ടയെക്കുറിച്ചുള്ള സന്ന്യാസിയുടെ അറിവ് ഇപ്പോഴും ദുരൂഹതയായി അവശേഷിക്കുന്നു. ആ സന്ന്യാസിയും."

"പിന്നെ സന്ന്യാസി എവിടെപ്പോയി?"

മുത്തശ്ശിക്കഥ കേൾക്കുന്ന കുട്ടിയുടെ ആകാംക്ഷയുണ്ടായി ദത്തന്.

"ഏഴുദിവസം ഞങ്ങൾ കോട്ടയിൽ താമസിച്ചു. ദിവസവും ജ്ഞാനത്തിന്റെ ഓരോ വാതിൽ സന്ന്യാസി തുറന്നുതന്നു. ഒരു പ്രഭാതത്തിൽ സന്ന്യാസി അപ്രത്യക്ഷനായി."

അതുപറഞ്ഞ് കവി പൊട്ടിച്ചിരിച്ചു.

"ഇതും ഗ്രാമീണരുടെ പഴംപുരാണമാണോ?"

അഭിമന്യു പരിഹാസത്തിന്റെ കൂരമ്പു തൊടുത്തു.

"ഒരുപക്ഷെ, ആയിരിക്കും. സ്വപ്നവും യാഥാർത്ഥ്യവും തമ്മിൽ തിരിച്ചറിയാനാവാതെ ഞാൻ അലയാൻ തുടങ്ങിയിട്ട് കാലമേറെയായി."

"എന്തായാലും കോട്ട അവിടെയുണ്ടെങ്കിൽ സുരക്ഷിതത്വത്തെ സംബന്ധിച്ച് ഭീതിപ്പെടേണ്ടല്ലോ, അല്ലേ?"

വിനയന്റെ വാക്കുകളിൽ നിറഞ്ഞ പ്രതീക്ഷ അഭിമന്യു കെടുത്തിക്കളഞ്ഞു.

"ഒരു താവളവും എക്കാലത്തേക്കും സുരക്ഷിതമായിരിക്കില്ല. പ്രത്യേകിച്ച് മനുഷ്യരിൽനിന്നും അകന്നുപോകുന്തോറും. പീഡിതർക്കിടയിലെ ഒളിത്താവളങ്ങളെക്കുറിച്ചാണ് മജൂംദാർ നമ്മളെ പഠിപ്പിച്ചിട്ടുള്ളത്. എല്ലാ വഴികളും കൊട്ടിയടക്കപ്പെട്ടതുകൊണ്ടുമാത്രമാണ് നമ്മൾ ഇത്തരമൊരു താവളം തേടിയിറങ്ങിയത്.

അഭിമന്യുവിന്റെ വാക്കുകൾ വളരെ താത്ത്വികമായിപ്പോകുന്നുവെന്ന് കവിക്കു തോന്നി. യാത്രയ്ക്കിടയിൽ ഈ തത്ത്വവിചാരം അപ്രസക്തമാണെന്നും.

കവി പിന്നെയും കോട്ടയെക്കുറിച്ച് സംസാരിക്കാൻ തുടങ്ങി. ഗ്രാമീണരുടെ പഴംപുരാണങ്ങളിലേക്ക് വാതിലുകൾ ഓരോന്നായി തുറന്നതും കോട്ട ദുരൂഹമായ യാഥാർത്ഥ്യമായി അവരുടെ മനസ്സിൽ രൂപംകൊണ്ടു. അതിന്റെ നീണ്ട ഇടനാഴിയിലൂടെ ദുരന്തങ്ങൾമാത്രം കണ്ടുകണ്ട് അവർ യാത്ര തുടർന്നു.

വൃക്ഷങ്ങൾക്കിടയിലൂടെ ചോരുന്ന വെളിച്ചം മങ്ങിക്കൊണ്ടുമിരുന്നു.

നാല്

ഉദയപുരത്ത് കലാപം നടന്നിരിക്കും. ഉദയപുരത്തെ കലാപത്തിലൂടെ മാത്രമേ ഭീതിദമായ ഒറ്റപ്പെടലിനെ ചെറുക്കാനാവൂ. ഉദയപുരത്ത് അഞ്ഞൂറോളം പേർ കലാപത്തിൽ പങ്കെടുക്കുമെന്നായിരുന്നു രഹസ്യമായി കിട്ടിയ അറിയിപ്പ്. നേതൃത്വത്തിനുപോലും അജ്ഞാതമായ ഗ്രൂപ്പുകളെ ഉദയപുരം ഉരുക്കുകമ്പിയിൽ കോർത്തിണക്കും. ഒപ്പുകടലാസ്സിലെന്നപോലെ പ്രത്യയശാസ്ത്രം പടരുമ്പോൾ കലാപങ്ങൾ മഹത്തായ വിപ്ലവത്തിന്റെ ആരംഭമാവും. അങ്ങനെ സങ്കല്പിക്കുമ്പോൾ അഭിമന്യു ഒരു വിജയിയെപ്പോലെ ആഹ്ലാദിച്ചു.

റേഡിയോയിൽനിന്നുള്ള വാർത്തയ്ക്ക് ചെവിയോർത്തിരിക്കുമ്പോൾ അവരുടെ ഹൃദയം ത്രസിക്കുന്നുണ്ടായിരുന്നു. പുറംലോകവുമായി അവരെ കൂട്ടിയിണക്കുന്ന ഒരേയൊരു കണ്ണി റേഡിയോ ആണ്. ഒരു വാർത്തയിലൂടെ സ്വന്തം സഖാക്കളുമായി സ്വപ്നാത്മകമായ ഉൾച്ചേരൽ...

പക്ഷേ, റേഡിയോ ഉദയപുരത്തെ കലാപത്തെക്കുറിച്ച് ഒന്നും പറഞ്ഞില്ല. പകരം അഭിമന്യുവിന്റെ നേതൃത്വത്തിൽ നടന്ന ആക്ഷനെക്കുറിച്ച് വാചാലമായി. ദിവാന്റെ പ്രതിമ തകർക്കാൻവേണ്ടി ധീരരക്തസാക്ഷിത്വം വരിച്ച ഗാർഡിനുവേണ്ടി റേഡിയോ വാർത്ത ഒരാത്മാലാപമായി.

ഗാർഡ് മരിച്ചുപോയെന്ന് അവരറിയുന്നത് അപ്പോൾ മാത്രമാണ്. പിടയുന്ന ശരീരം വിട്ടാണല്ലോ അവർ ഓടിപ്പോന്നത്.

റേഡിയോ ഓഫ് ചെയ്യുമ്പോൾ അവരുടെ മുഖം നീലിച്ചുപോയി. അവർ പരസ്പരം നോക്കി. ആരും ഒന്നും പറഞ്ഞില്ല. അവസാനത്തെ പ്രതീക്ഷയ്ക്കു മങ്ങലേറ്റു. അവർ മുഖം കുനിച്ചു.

പൗലോസിന്റെ മുഖം മാത്രം ഭയാനകമായി ത്രസിച്ചു. ഗാർഡ് മരി

ച്ചുപോയെന്ന അറിവ് ഏതോ ദുഃസ്വപ്നത്തിലെന്നപോലെ അവന്റെ ബോധത്തിലുമെത്തിയിരുന്നു. അപസ്മാരരോഗിയുടേതുപോലെ അവന്റെ മുഖപേശികൾ ത്രസിക്കുകയും പിന്നെ തളരുകയും ചെയ്തു. അവൻ ചുവരിൽ ചാരി കണ്ണടച്ചു.

ഊർമ്മിള മാത്രം എരിയുന്ന നെരിപ്പോടിലേക്ക് യാന്ത്രികമായ ഒരാവർത്തനംപോലെ മരച്ചീളുകൾ വാരിയിട്ടു. നീണ്ട മൗനത്തിനുശേഷം സംസാരിച്ചുതുടങ്ങിയത് ദത്തനാണ്.

"ഉദയപുരത്തെ സഖാക്കൾ പിൻമാറിയിട്ടുണ്ടാവും. കലാപം നടന്നിട്ടുണ്ടെങ്കിൽ റേഡിയോ എന്തെങ്കിലും പറയേണ്ടതായിരുന്നു."

"അവർ വഞ്ചിച്ചതാണ്. അനാവശ്യമായ പ്രതീക്ഷകൾക്കു പ്രസക്തിയില്ല."

വിനയന്റെ വാക്കുകളിൽ അമർഷം നിറഞ്ഞിരുന്നു. അഭിമന്യു മാത്രം ഒരു പോരാളിയായി വീഴ്ചയിൽ നിന്ന് നിവർന്നു.

"വഞ്ചനകൾക്ക് വിപ്ലവത്തെ തകർക്കാനാവില്ല. ചരിത്രം നമ്മെ പഠിപ്പിച്ചതതാണ്. കലാപകാരികൾക്ക് ഓരോ പതനവും ഊർജ്ജം നൽകിയിട്ടേയുള്ളൂ. ജനതയാണ് എല്ലാറ്റിന്റെയും വിധികർത്താക്കൾ. അവർ പൊയ്മുഖങ്ങളെ തിരിച്ചറിയുകതന്നെ ചെയ്യും."

ഇത്തവണ കവി ശിരസ്സുയർത്തി.

പുറത്തുനിന്നു കാറ്റടിച്ചു. ശിശിരത്തിന്റെ മഞ്ഞു കണികകളുമായി കാറ്റ് അഗ്നികുണ്ഡത്തിനടുത്തെത്തി. അതിന്റെ ചൂടിനെയും മറികടന്ന് കാറ്റ് അവരുടെ രോമകൂപങ്ങളിൽ തണുപ്പിന്റെ സൂചികളാഴ്ത്തി.

മരവിച്ചുപോയ കലാപകാരികൾക്കിടയിൽ സുപ്രീം കൗൺസിലിന് തീരെ പ്രസക്തിയില്ലെന്ന് അഭിമന്യുവിന് അറിയാം. എന്നിട്ടും ഗൗരവമാർന്ന ചർച്ചയുടെ അനിവാര്യതയെക്കുറിച്ച് അഭിമന്യു സംസാരിച്ചു. നിരന്തരം വായിക്കേണ്ട മൂന്നു ലേഖനങ്ങൾ അഭിമന്യു സഞ്ചിയിൽ നിന്നു പുറത്തെടുത്തു.

കലാപകാരികളുടെ ഇന്ധനം.

അഭിമന്യു അത് വിനയനു നേരെ നീട്ടി.

"ജനങ്ങളെ സേവിക്കുക എന്ന ലേഖനം ഒന്നുറക്കെ വായിക്കൂ സഖാവേ."

അഭിമന്യുവിന്റെ വചനം കാലബോധമില്ലാത്ത ജല്പനം മാത്രമായി കവിക്ക്. അച്ചടിമഷി പുരണ്ട വാക്യങ്ങൾക്ക് ഇപ്പോഴെന്തു പ്രസക്തി? നിലവിളിക്കുന്ന കുഞ്ഞുങ്ങളുടെ നെഞ്ചിലൂടെ ഉറച്ച കാലടികളുമായി നടന്നുപോകുന്ന നന്തുണിപ്പാട്ടുകാരനാണ് അഭിമന്യുവെന്ന് കവിക്കു തോന്നി.

“ജനങ്ങളിൽനിന്നു നാം എത്രയോ പിന്നിട്ടുകഴിഞ്ഞു. നമുക്കപ്പുറത്ത് ഇപ്പോൾ വൃക്ഷങ്ങളേയുള്ളൂ.”

കവി പറഞ്ഞു.

അഭിമന്യുവിന് മറുപടിയില്ലായിരുന്നു.

ദത്തന് ആ ചർച്ചയിൽ തീരെ താല്പര്യം തോന്നിയില്ല. ഉദയപുരം ദത്തനിൽ കനത്ത പ്രഹരമേല്പിച്ചിരുന്നു. നീണ്ട ഉറക്കത്തിലൂടെ പൊള്ളുന്ന ശിശിരരാത്രിയെ കീഴടക്കണമെന്നു മാത്രമായിരുന്നു അപ്പോൾ ദത്തന്റെ ഇച്ഛ.

ഇനി ലഘുലേഖകൾ അഗ്നികുണ്ഠത്തിലേക്കെറിഞ്ഞുകൂടെയെന്ന് ചോദിക്കാൻ തോന്നി അവന്. പാറപോലെ നിസ്സംഗമായ അഭിമന്യുവിന്റെ മുഖം ദത്തന്റെ വാക്കുകൾക്കു തടസ്സമായി. വിനയൻ നിർവികാരനായി ലഘുലേഖ വാങ്ങി.

വൃത്തിഹീനമായ ലഘുലേഖ നോക്കിയപ്പോൾ വിനയന് ഓർമ്മവന്നത് നഗരത്തിലെ കുപ്പത്തൊട്ടിയിൽ കൂട്ടിയിട്ട കടലാസുകളാണ്. ലഘുലേഖയിലെ അക്ഷരങ്ങൾ വെറും മഷിപ്പാട് മാത്രമായി അവന്. ലഘുലേഖ വായിക്കാൻ വിനയന് കഴിഞ്ഞില്ല.

ആക്ഷനു മുമ്പ് ഇതൊക്കെ വിശുദ്ധവചനങ്ങളായിരുന്നു. സഞ്ചിയിൽ ഇത്തരം ലഘുലേഖകൾ സൂക്ഷിക്കുന്നതുതന്നെ ആത്മവിശ്വാസമായിരുന്നു. പുഴയ്ക്ക് കുറുകെ കെട്ടിയ തൂക്കുപാലം. ഒരു ആക്ഷന് വിശ്വാസങ്ങളുടെ ഗോപുരങ്ങളെ ഇത്രവേഗം ഉടച്ചുവീഴ്ത്താനാവുമോ?

മുഖം കുനിച്ചിരിക്കുന്നവരുടെ മൗനം എന്തിന്റേതാണെന്ന് അഭിമന്യുവിനറിയാം. ആ അറിവ് അഭിമന്യുവിനെ വ്യാകുലപ്പെടുത്തി. പ്രജ്ഞയിലെങ്ങോ വെളിച്ചത്തിനു മങ്ങലേറ്റു.

ഈ രാത്രി പിന്നിട്ടാൽ ഉയിർത്തെഴുന്നേൽപ്പുണ്ടാവുമെന്ന് എന്നിട്ടും അഭിമന്യു പ്രതീക്ഷിച്ചു.

“ഈ ചർച്ച നമുക്ക് മാറ്റിവയ്ക്കാം.”

എല്ലാവരും മുഖമുയർത്തി.

“ഉറങ്ങുന്നതിനുമുമ്പ് സ്വയം വിമർശനത്തിനു തയ്യാറാവുക - പുറകിൽ ആഴമുള്ള കൊല്ലികളാണ്. മടക്കയാത്ര ആത്മാഹുതിക്ക് തുല്യമാണ്. മുമ്പിലെ മഹാതരിശ് മുറിച്ചുകടന്നേ പറ്റൂ. വിപ്ലവകാരികൾ ഒട്ടകങ്ങളില്ലാത്ത യാത്രക്കാരാണ്.” അഭിമന്യു പറഞ്ഞു.

ദത്തനും വിനയനും പൗലോസും എഴുന്നേറ്റു. മെഴുകുതിരി വെളിച്ചവുമായി ജീർണിച്ച ചുവരുകൾക്കിടയിലൂടെ അവർ ഉറങ്ങാനുള്ള ഇടംതേടിനടന്നു. കനലായിത്തീർന്ന തീക്കുണ്ഡത്തിനടുത്ത് അഭിമന്യുവും കവിയും ഊർമ്മിളയും മാത്രം ബാക്കിയായി.

“ഇനിയും തീ കത്തിക്കണോ?”

കവി ചോദിച്ചു.

‘വേണ്ട. തീക്കുണ്ഡത്തിനിപ്പോൾ തണുപ്പിനെ ചെറുക്കാനാവില്ല.”

അഭിമന്യു പറഞ്ഞു.

അത്രയും നേരം വേദന കടിച്ചമർത്തിയിരിക്കയായിരുന്നു ഊർമ്മിള. അവളുടെ കാൽവണ്ണകൾ നീരുവന്നു വീർത്തിരിക്കുന്നു. തീക്കുണ്ഡത്തിന്റെ ചൂട് കൂടിവരുന്തോറും അവൾക്ക് വേദന സഹിക്കാൻ പറ്റാതായി.

പുറത്ത് കോടമഞ്ഞിൽ പുതഞ്ഞ കാറ്റ് ചൂളംകുത്തി. ദൂരെ എങ്ങോ നിന്ന് രാച്ചുക്കിന്റെ തേങ്ങൽ നേർത്തുനേർത്ത് ഇല്ലാതായി.

“ഞാൻ ഇവിടെ കിടന്നോളാം.”

കവി പറഞ്ഞു.

ഊർമ്മിളയും അഭിമന്യുവും എഴുന്നേറ്റു.

കോട്ടയിൽ, സ്വകാര്യത കൂടുതലുള്ള മുറിയിലേക്ക് അഭിമന്യു ഊർമ്മിളയെ നയിച്ചു. അവർ അകത്തുകടന്നതും നരിച്ചീറുകൾ പരക്കം പാഞ്ഞു. ജീർണ്ണിച്ച ചുവരുകളിൽനിന്ന് പൂപ്പലിന്റെ മണമുയർന്നു.

“സഖാവ് ഇവിടെ കിടന്നോളൂ, തണുപ്പടിക്കില്ല.”

അഭിമന്യു പറഞ്ഞു.

തന്റെ മെഴുകുതിരിയിൽനിന്ന് മറ്റൊരെണ്ണം കൊളുത്തി അഭിമന്യു ഊർമ്മിളക്ക് നൽകി. അതു വാങ്ങുമ്പോൾ ഊർമ്മിളയുടെ കൈ വിറച്ചു. ഊർമ്മിളയുടെ മുഖത്തുനോക്കാൻ അഭിമന്യു ഭയന്നു. വിടർന്നകണ്ണുകൾ നീലക്കടലായി. അതിന്റെ ദുർജ്ഞേയമായ അടിത്തട്ടിലേക്ക് ഏതോ കരങ്ങൾ പിടിച്ചുവലിച്ചു. പ്രാകൃതമായ മുറി വീണ്ടും തന്നെ പരീക്ഷിക്കയാണെന്ന് അഭിമന്യു അറിഞ്ഞു. പ്രജ്ഞ ഒന്നു പിടഞ്ഞപ്പോൾ അഭിമന്യു പിറകോട്ടു മാറി.

ഉറക്കം കെടുത്തി, ബോധത്തിന്റെ പാറകളിൽ സൂര്യവചസ്സുകൾ കൊത്തിവയ്ക്കേണ്ട രാത്രിയാണിത്.

ഊർമ്മിള എന്തെങ്കിലും പറയുന്നതിനുമുമ്പ് അഭിമന്യു പുറത്തുകടന്നു. ജീർണ്ണിച്ച ഇടനാഴിയിലൂടെ നടന്ന് കാറ്റുതട്ടാത്ത ഒരിടത്ത് മെഴുകുതിരി ഉറപ്പിച്ചുവെച്ചു. പിന്നെ സഞ്ചിയിൽനിന്ന് പുസ്തകം പുറത്തെടുത്ത് മെഴുകുതിരിയുടെ പ്രകാശവൃത്തത്തിൽ വച്ചു.

ശിശിരക്കാറ്റിൽ വൃക്ഷത്തലപ്പുകൾ ആടിയുലയുന്ന ഒച്ച കേൾക്കാമായിരുന്നു.

തണുപ്പിനെ വകവയ്ക്കാതെ അഭിമന്യു പർവ്വതങ്ങളെ നീക്കം ചെയ്ത വിഡ്ഢിയായ വൃദ്ധന്റെ കഥ വായിക്കാൻ തുടങ്ങി.

അഞ്ച്

ചിതറിവീഴുന്ന പ്രതിമയ്ക്കൊപ്പം പൗലോസിന്റെ വെടിയേറ്റു ഞരങ്ങുമ്പോൾ ഗാർഡ് അവസാനമായി വിളിച്ച പേരെന്തായിരുന്നു?

പൗലോസ് എന്നായിരുന്നില്ലേ?

ജലോപരിതലത്തിലേക്കുയർന്നുവന്ന് വീണ്ടും എന്നെന്നേക്കുമായി താണുപോയ മുഖം. എന്നിട്ടും ഓർമ്മകളിലെവിടേയോ അതു കുരുങ്ങി.

എവിടെയാണ്? എവിടെയാണ്?

ഉന്നം പിഴയ്ക്കാത്ത തോക്ക്. എൻ.സി.സി. ക്യാമ്പിൽവച്ച് പതിനഞ്ചു ബുള്ളറ്റുകളും ചെറുവൃത്തത്തിൽ തുളച്ചു വീഴ്ത്തിയത് പതിനഞ്ചാമത്തെ വയസ്സിലാണ്. കാക്കകളും കൊറ്റികളും മലയണ്ണാന്മാരും ബോംബർ വിമാനംപോലെ പറന്നുപോകുന്ന പരുന്തുകളും എയർ റൈഫിളിനിരയാവുമ്പോൾ ചില സ്വപ്നങ്ങൾ ഉടലെടുക്കുകയായിരുന്നു. മലമ്പാതയിലൂടെ നീങ്ങിപ്പോകുന്ന ട്രക്കിലെ പട്ടാളക്കാരിലൊരുവൻ. പക്ഷേ, അന്നൊന്നും യഥാർത്ഥ ശത്രുവിനെ തിരിച്ചറിഞ്ഞിരുന്നില്ല. തിരിച്ചറിവ് ആരംഭിച്ചപ്പോഴേക്കും ഇരുപത്തിയേഴാം ഡിവിഷനിലെത്തിയിരുന്നു. ആക്ഷനു പുറപ്പെടുമ്പോൾ ഒരേ ഒരു തോക്കുധാരിയും പൗലോസായിരുന്നല്ലോ? വിറയ്ക്കാത്ത കൈകളുള്ളവൻ.

എന്നിട്ടും ജീവിതത്തിലാദ്യമായി ഒരു മനുഷ്യന്റെ നെഞ്ചിലേക്ക് നിറയൊഴിച്ചപ്പോൾ കൈ വിറച്ചുപോയില്ലേ? വെടിപൊട്ടിയതും തോക്കു നിലത്തുവീണു. വെടിയേറ്റു പിടയുന്നവന്റെ ചോരകൊണ്ട് സഖാക്കൾ വിപ്ലവത്തിനു സ്തുതിഗീതം എഴുതിവയ്ക്കുമ്പോൾ ചോരയിൽ പിടയുന്നവന്റെ അരികിൽ മുട്ടുകുത്തിയിരുന്ന് ആ മുഖം പിടിച്ചുയർത്തിയതെന്തിനായിരുന്നു? അവസാനമായി ചുണ്ടുകൾ പിറുപിറുത്തത് പൗലോസേ എന്നായിരുന്നില്ലേ?

പിന്നെ തോക്കുമായി രക്ഷപ്പെടുമ്പോൾ ഹിംസയുടെ ചതുപ്പുനിലത്ത് പടുത്തുയർത്തിയ വിശ്വാസത്തിന്റെ ഗോപുരം തകർന്നു വീണിരുന്നു. അതിനിടയിൽപ്പെട്ടു ഞെരിഞ്ഞുപോയ കരുത്തനായ കോമ്രേഡിന്റെ തലച്ചോറ്!

ഇപ്പോൾ ചോര വാർന്നുവീഴുന്ന ശരീരവുമായി ഒരാൾ കോട്ടയുടെ മതിൽ പിളർന്ന് അരികിലെത്തുന്നു.

"പൗലോസേ!"

അതേ വിളി.

"പൗലോസേ നിനക്കെന്നെ ഓർമ്മയില്ലേ? ഞാൻ ഗാർഡല്ല. കൃഷ്ണൻകുട്ടിയാണ്. ക്രിസ്മസ്സ് അപ്പൂപ്പന്റെ വേഷംകെട്ടിയ കുട്ടിക്കാലം നീ ഓർക്കുന്നോ പൗലോസ്? കോടപടർന്ന തെരുവിലൂടെ നൃത്തം ചെയ്തു നീങ്ങുന്ന ഗായകസംഘത്തിലെ ഒരേ ഒരു ഹിന്ദുക്കുട്ടിയെ നീ മറന്നുപോയോ? ശരിക്കും എന്റെ മുഖത്ത് നോക്ക്. അത് ഞാനാണ്."

പതുക്കെപ്പതുക്കെ രൂപം അടുത്തുവരുന്നു. ശാന്തമായ ചിരി. ആ മുഖത്ത് പകച്ചുനോക്കുമ്പോൾ രൂപം പിന്നെയും പറയുന്നു:

"ചോരയൊലിക്കുന്ന മുറിവിലേക്ക് നീ എന്താണ് പകച്ചുനോക്കുന്നത്? ഇത് നിന്റെ വെടിയേറ്റതല്ല. ആണിപ്പഴുതല്ലേ? സംശയമുണ്ടെങ്കിൽ എന്റെ ഉള്ളംകൈയിലേക്ക് നോക്ക്."

രണ്ട് ആണിപ്പഴുതുകൾ കാഴ്ചപ്പുറത്തു നിറയുമ്പോൾ ബോധത്തിന്റെ സ്ഫടികനാരുകൾ പൊട്ടിച്ചിതറി. പൗലോസ് വിളിച്ചു:

"എന്റെ അമ്മച്ചിയേ!"

പിന്നെ പൗലോസ് കൺമിഴിക്കുമ്പോൾ ചുറ്റും കൂട്ടാളികളുണ്ടായിരുന്നു. പൗലോസ് എല്ലാവരേയും തിരിച്ചറിഞ്ഞു. ചുറ്റും പകച്ചു നിൽക്കുന്ന സഖാക്കളിൽനിന്ന് വിനയൻ മാത്രമാണ് പൗലോസിനരികിലെത്തിയത്.

പൗലോസിന്റെ നെറ്റിയിൽ കൈവച്ച് വിനയൻ പറഞ്ഞു.

"ചുട്ടുപൊള്ളുന്നു."

വിനയൻ പതിഞ്ഞ സ്വരത്തിൽ വിളിച്ചു:

"സഖാവേ, സഖാവേ."

വീണ്ടും കണ്ണടച്ചപ്പോൾ പൗലോസിൽനിന്ന് ഞരക്കമുയർന്നു. മൗനം എന്ന മഹാരോഗം നിഷ്ക്രിയരാക്കിയ സഖാക്കളിൽനിന്ന് പ്രതികരണമുയർന്നില്ല. അഭിമന്യുപോലും ഒരു തീരുമാനമെടുക്കാനാവാതെ കുഴങ്ങി. ലഘുലേഖകളല്ലാതെ മറ്റൊരൗഷധവും അഭിമന്യുവിന്റെ പക്ക

ലില്ലല്ലോ?

പനിയും തലവേദനയും വരുമ്പോൾ മുത്തശ്ശി തുമ്പയുടെ നീര് തുണിയിൽ നനച്ചു നെറ്റിയിലിട്ടു തരാറുള്ളത് ഊർമ്മിള ഓർത്തു. പൗലോസിന്റെ മുഖത്തു നോക്കിയപ്പോൾ അവൾ മുത്തശ്ശിയായി.

പ്രഥമശുശ്രൂഷയ്ക്കുശേഷം പൗലോസ് കണ്ണടച്ചപ്പോൾ അവർ പിരിഞ്ഞു. പൗലോസിന്റെ പനിച്ചുതുള്ളുന്ന ശരീരം അവരെ അശാന്തരാക്കിത്തീർത്തിരുന്നു. അശാന്തിയെ വാക്കുകൾകൊണ്ടു മറികടക്കാൻ അവർക്കായില്ല. അവർ ഏകാന്തമായ തുരുത്തുകളിലേക്ക് പിൻവലിഞ്ഞു.

കൂറ്റൻ തിരകളിലൂടെ പൊങ്ങിത്താഴുമ്പോഴും ഒരു തുള്ളി ജലം പോലും ഉള്ളിൽ കയറാത്ത വഞ്ചിയായി ചുവന്ന തീരം സ്വപ്നം കണ്ടത് അഭിമന്യു മാത്രമാണ്. പനിച്ചു തുള്ളുന്ന കോമ്രേഡിന്റെ ശരീരം മറ്റൊരു കോമ്രേഡിനെ തളർത്തരുത്. വിപ്ലവത്തിന്റെ പാത ഇതിലേറെ ദുർഘടമാണ്. അഭിമന്യുവിന്റെ മനസ്സ് മന്ത്രിച്ചു.

പൗലോസിനുവേണ്ടി സഹതപിക്കുന്നതിൽ അർത്ഥമില്ല. രോഗശാന്തിക്കുവേണ്ടി ചെയ്യാവുന്നതൊക്കെ ചെയ്യുക. ഒരുപക്ഷേ, പൗലോസ് മരിച്ചാൽ...

സഖാവിന്റെ ജീവൻ വിലപ്പെട്ടതാണ്. അതിലേറെ വിലപ്പെട്ടതാണ് വിപ്ലവത്തിലേക്കുള്ള പാതവെട്ടൽ. വഴി തീർത്തു മുന്നോട്ടു പോകുന്നവർക്ക് സഖാക്കൾ പരസ്പരം ആയുധം മാത്രമായിത്തീരുന്നു. ഉപയോഗശൂന്യമാവുമ്പോൾ ആയുധം ഉപേക്ഷിക്കേണ്ടിവരും. ഇവിടെ ഹൃദയങ്ങളേക്കാൾ പ്രസക്തി തലച്ചോറുകൾക്കാകുന്നു.

ഇതൊക്കെ സ്വന്തം സഖാക്കളെ ബോദ്ധ്യപ്പെടുത്താനാവുകയില്ലല്ലോ എന്ന് അഭിമന്യു വ്യാകുലപ്പെട്ടു. തന്റെ സഖാക്കൾ വാക്കുകളെപ്പോലും ഭയന്നു തുടങ്ങുകയാണ്. ഈ ചുറ്റുപാടിൽ ചർച്ച അപ്രസക്തം. പതനം സംഭവിച്ചവരുടെ ഉയിർത്തെഴുന്നേൽപിൽ അഭിമന്യുവിന് പ്രതീക്ഷ നശിച്ചുതുടങ്ങി. ആ പകൽ മുഴുവൻ അഭിമന്യു പുസ്തകങ്ങളിലേക്കു ചുരുങ്ങി. പൗലോസ് തന്റെ ജ്വരസ്വപ്നത്തിൽനിന്നു വിമുക്തനായാൽ സഖാക്കൾ സംസാരിച്ചുതുടങ്ങുമെന്ന് അഭിമന്യു പ്രതീക്ഷിച്ചു.

വീണ്ടും ഒരു പകൽകൂടി കൊഴിഞ്ഞുതീർന്നു.

രാത്രി ചോരയൊലിക്കുന്ന ആൾരൂപം വീണ്ടും പൗലോസിനരികിലെത്തി. ഇത്തവണ ആൾരൂപം പൗലോസിനെ തൊട്ടു.

'നിനക്കിനിയും സംശയം തീർന്നില്ലേ പൗലോസേ? ഇതാ നോക്ക്.

എന്റെ നെഞ്ചിലെ ആണിപ്പാടിലേക്ക് വിരലാഴ്ത്തി നോക്ക്.' ആ രൂപം പൗലോസിന്റെ ചൂണ്ടുവിരൽ ആണിപ്പഴുതിലേക്കാഴ്ത്തിയതും പൗലോസ് പിടഞ്ഞുണർന്നു. തനിക്കു ചുറ്റും കനത്ത ഇരുട്ടുമാത്രം പൗലോസ് കണ്ടു. ആ ശിശിര രാത്രിയിലും പൊടിയുന്ന വിയർപ്പ് പൗലോസിന്റെ കൈ നനച്ചു. വാക്കുകൾ വിങ്ങിനിറയുകയായിരുന്നു. അവൻ എഴുന്നേറ്റു. ഇരുട്ടിലൂടെ തപ്പിത്തടഞ്ഞ് ഒരു സഖാവിനെത്തേടി നടന്നു. നേർത്ത വെളിച്ചത്താൽ നയിക്കപ്പെട്ട് പൗലോസ് എത്തിയത് കവിക്കരികിലാണ്. തീക്കുണ്ഡത്തിന്റെ ചൂടിൽ ശാന്തനായി ഉറങ്ങുകയായിരുന്നു കവി. എരിയുന്ന കനലിൽനിന്നുയരുന്ന മഞ്ഞവെളിച്ചത്തിൽ കവിയുടെ മുഖം പൗലോസ് കണ്ടു. അവൻ കവിയെ കുലുക്കി വിളിച്ചു.

"സഖാവേ, സഖാവേ,"

കവി ഭീതിയോടെ പിടഞ്ഞെണീറ്റു. പൗലോസിനെ തിരിച്ചറിഞ്ഞതും കവിക്ക് ആശ്വാസമായി. എന്നിട്ടും പരിഭ്രമം വിട്ടുമാറാത്തവനെപ്പോലെ കവി ചോദിച്ചു.

"എന്താ എന്തുപറ്റി? പറയൂ?

പൗലോസ് പകച്ചുനോക്കി. കവി പൗലോസിന്റെ നെഞ്ചിൽ കൈവച്ചു. പനി കുറഞ്ഞിരുന്നു. അപ്പോൾ ഏതോ സ്വപ്നത്തിലെന്നപോലെ പൗലോസ് ചോദിച്ചു.

"പ്രതിമകൾ തകർക്കാൻ മനുഷ്യനെ കൊല്ലുന്നവനാരാണ്?"

കവി ശരിക്കും ഉണർന്നതപ്പോഴാണ്. കവി പൗലോസിന്റെ കണ്ണുകളിലേക്ക് ഉറ്റുനോക്കി. ജ്വരബാധിതന്റെ ഭ്രാന്തൻ ജല്പനങ്ങളിൽനിന്നാണ് ആ ചോദ്യമുയരുന്നതെന്നു വിശ്വസിക്കാൻ അയാൾക്കായില്ല.

എന്നിട്ടും ഒരു രോഗിയെയെന്നപോലെ ആശ്വസിപ്പിച്ച് അവന്റെ ഇരുട്ടുമുറിയിലേക്ക് തന്നെ തിരിച്ചു പോകാൻ കവി പൗലോസിനെ പ്രേരിപ്പിച്ചു. പക്ഷേ തന്റെ ചോദ്യത്തിന് ഉത്തരം വേണമായിരുന്നു പൗലോസിന്. അവൻ ദയനീയമായി ആ ചോദ്യം ആവർത്തിച്ചുകൊണ്ടേയിരുന്നപ്പോൾ കവിക്ക് ഉത്തരം നൽകാതെ വയ്യെന്നായി. ഇല്ലെങ്കിൽ പൗലോസ് വേതാളമായിത്തീരുമെന്നും.

ഉത്തരം കണ്ടെത്താൻ കവി വിഷമിച്ചു. തോക്കിന്റെ നിറയൊഴിക്കാനാവാതെ പകച്ചുനിൽക്കുന്ന അച്ഛന്റെ ആർദ്രമായ കണ്ണുകളിലേക്ക് ഉറ്റുനോക്കുന്ന കുട്ടിയുടെ ചിത്രമാണ് കവിയുടെ സ്മൃതിയിലത്തിയത്. ആർദ്രത അച്ഛനെക്കൊണ്ടെത്തിച്ചതു കഴുമരത്തിലാണ്. ആ ഓർമ്മ തീർത്ത അശാന്തിയും പേറി യാത്ര തിരിച്ചിട്ടു നാല്പതാണ്ടായി. മനു

ഷ്യമനസ്സിന്റെ ഒടുങ്ങാത്ത പീഡകളെക്കുറിച്ചുള്ള നീണ്ട അന്വേഷണം. എന്നിട്ടും ഇപ്പോൾ ഈ ചോദ്യത്തിനു മുമ്പിൽ പകയ്ക്കുകയാണല്ലോ എന്നോർത്തപ്പോൾ ചോദ്യത്തിൽനിന്നു രക്ഷപ്പെടാനുള്ള ത്വരയോടെ കവി പറഞ്ഞു:

"ഞാൻ ജ്ഞാനിയല്ല. പോരാളിയുമല്ല. ഈ ചോദ്യത്തിന് ഉത്തരം നൽകാൻ എനിക്കു വിഷമമുണ്ട്. എങ്കിലും ഇക്കാലമത്രയും അന്വേഷിച്ചു നടന്നപ്പോൾ ചിലതെല്ലാം ബോധ്യപ്പെടാതെയും വയ്യല്ലോ. എനിക്കു തോന്നിയത് ഞാൻ പറയാം. കുന്നിൻമുകളിലെ പാറപോലെ അനാഥമാണ് പ്രതിമകൾ. പക്ഷേ, മനുഷ്യന്റെ സനാഥമായ വേരുകൾ ജലത്തിന്റെ കാരുണ്യത്തോളം ചെന്നെത്തുന്നുണ്ട്. അവന്റെ കരങ്ങളിൽ പാറ പ്രതിമയായി രൂപം കൊള്ളുന്നു. പക്ഷേ, ഒരു പ്രതിമയ്ക്കു മനുഷ്യനെ സൃഷ്ടിക്കാനാവില്ല."

അവർക്കിടയിൽ മൗനം വീണു. ഉത്തരം നൽകി മുട്ടുകൾക്കിടയിൽ മുഖം പൂഴ്ത്തിയിരിക്കുന്ന കവിയെ ഇമവെട്ടാതെ നോക്കിയിരുന്നപ്പോൾ പൗലോസിന്റെ കണ്ണുനിറഞ്ഞു. പിന്നെ അവൻ വിതുമ്പി. വിതുമ്പൽ പൊട്ടിക്കരച്ചിലായി. അപ്പോൾ കവിയുടെ ചുമലിൽ മുഖം ചേർത്ത് പൗലോസ് പൊട്ടിയൊഴുകി.

"ഞാൻ പാപിയാണ്. ഞാൻ പാപിയാണ്. ഞാൻ പാപിയാണ്."

ആറ്

രാത്രി നേർത്ത പനിക്കു കീഴടങ്ങിയ ഊർമ്മിള പ്രഭാതത്തിൽ കാണുന്നതു നീരുവന്ന് വീർത്ത കാൽവണ്ണകളാണ്. വിരലമർത്തുമ്പോൾ പഴത്തിലെന്നപോലെ കൈവിരൽ കുഴിഞ്ഞുകിടന്നു. കഴിഞ്ഞ രാത്രി മുഴുവൻ മൊട്ടുസൂചികളാഴ്ത്തുന്ന വേദന അനുഭവിച്ചിരുന്നു അവൾ.

കാലിലെ വ്രണം കരിഞ്ഞുതുടങ്ങിയപ്പോൾ ആശ്വസിച്ചതാണ്. ഇനി എല്ലാ വ്രണങ്ങളും പഴുക്കാനാരംഭിച്ചാൽ... ഊർമ്മിളയ്ക്ക് പേടി തോന്നി. വെയിൽ തെറിച്ചപ്പോൾ കാല് നിലത്തൂന്നാൻ വയ്യെന്നായി.

ദത്തനും വിനയനും കവിയും പ്രഭാതത്തിലേ ഭക്ഷണം തേടിയിറങ്ങിയിരുന്നു. ക്രൂരമായ ആത്മപീഡനത്തിലൂടെ മതിഭ്രമം വന്നു വാക്കുകളിൽനിന്ന് പൂർണമായും അന്യനായി പൗലോസ്. അവനരികിൽനിന്ന്അഭിമന്യു ഊർമ്മിളയുടെ മുറിയിലെത്തിയപ്പോൾ തളർന്നുകിടക്കുകയായിരുന്നു അവൾ.

രണ്ടാമത്തെ സഖാവിന്റെ വീഴ്ച അഭിമന്യുവിനെ തളർത്തി. രോഗത്തിലേക്കും ഒടുങ്ങാത്ത ആകുലതകളിലേക്കും സഖാക്കൾ ഓരോരുത്തരും വീഴുന്നതുകണ്ട് അഭിമന്യുവിന്റെ പ്രജ്ഞയിലും വിറയൽ അനുഭവപ്പെട്ടുതുടങ്ങിയിരുന്നു. എന്നിട്ടും പ്രത്യയശാസ്ത്രത്തിന്റെ ഇരുമ്പുകകവചംകൊണ്ട് എല്ലാം മൂടിവയ്ക്കുകയായിരുന്നു. നയിക്കുന്നവനും തളർന്നുപോയാൽ ഒരു സംഘം മുഴുവൻ ആത്മഹത്യയിൽ അഭയം തേടേണ്ടിവരും. പക്ഷേ, ഊർമ്മിളയുടെ കിടപ്പുനോക്കി നിന്നപ്പോൾ അഭിമന്യു മുഖാവരണം മാറ്റി. ഉത്സവക്കളത്തിൽവെച്ച് കോപ്പഴിച്ചു തളർച്ച മാറ്റുന്നവനായി അഭിമന്യു നിന്നു.

ദൈന്യമാർന്ന കണ്ണുകൾ മിഴിക്കാൻ പാടുപെടുകയായിരുന്നു ഊർമ്മിള. തനിക്കരികിൽ വന്ന് കുനിഞ്ഞുനിൽക്കുന്ന അഭിമന്യുവിന്റെ വിഷാദംനിറഞ്ഞ മുഖം പടച്ചട്ടയണിഞ്ഞ പോരാളിയുടേതല്ലെന്ന്

ഊർമ്മിള അറിഞ്ഞു.

പ്രത്യയശാസ്ത്രത്തിന്റെ അക്ഷരാവരണം ഊരിവച്ചവൻ. നീണ്ട ഇടവേളകളിൽമാത്രം വെളുത്ത പൂവുമായി നിന്നു കിതക്കുന്ന കള്ളിച്ചെടി. സഖാക്കൾ ഒഴിഞ്ഞുപോയ ഒരു രാത്രി മാർക്സിന്റെയും മാവോവിന്റെയും ലെനിന്റെയും ചിത്രങ്ങൾക്കു താഴെ പരസ്പരം ഉറ്റുനോക്കി മൗനം പൂണ്ടിരുന്നത് ഊർമ്മിള ഓർത്തു. അത് ഒരാക്ഷനു രൂപം കൊടുക്കുന്നതിനും എത്രയോ മുമ്പായിരുന്നു. ആളൊഴിയുമ്പോൾ വികാരം തലനീട്ടുന്ന കാലം. സ്വപ്നങ്ങളുടെ ചോര പൊടിയുന്ന അടരുകളായി പരസ്പരം എടുത്തു കാണിച്ചത് അന്നായിരുന്നു. പിതൃത്വം എന്ന സ്വപ്നം അന്നാണ് അഭിമന്യുവിന്റെ വാക്കുകളിൽ നിറഞ്ഞുനിൽക്കുന്നതറിഞ്ഞത്.

‘പുന്നരകത്തിൽ നിന്നു രക്ഷിക്കുന്നവനാണു പുത്രൻ. പുത്രനില്ലെങ്കിൽ ജന്മം എത്ര അനാഥമാണ്. പക്ഷേ, പാപംകൊണ്ട് വിണ്ടുപിളർന്ന ഭൂമിയിൽ അവൻ പിറന്നു വീഴരുത്. അവന്റെ ജന്മം ഹരിതഭൂമിയിലാവണം. അതുകൊണ്ടു വിത്തുകൾ പച്ചമുള പൊട്ടുന്നതുവരെ നാം കാത്തിരുന്നേ പറ്റൂ. ചിലപ്പോൾ നീണ്ട വർഷങ്ങൾ തന്നെ.”

പിന്നെ വെറുമൊരു സ്പർശംകൊണ്ട് മഞ്ഞപ്പൂക്കൾ കുടഞ്ഞുകളഞ്ഞു വരണ്ട വൃക്ഷമായതും അന്നായിരുന്നു.

ആ സ്വകാര്യനിമിഷം അവിടെവച്ച് അവസാനിച്ചു. ശേഷമൊരിക്കലും അതാവർത്തിച്ചിട്ടില്ല. രക്താഭമായ ഒരിടത്തേക്ക് പഴുത്ത ഇരുമ്പുപാളത്തിലൂടെ സഖാക്കൾ മാത്രമായി യാത്ര തുടരുകയായിരുന്നു.

ഇപ്പോഴിതാ ഏറെക്കാലത്തെ കാത്തിരിപ്പിനുശേഷം ചില സ്വകാര്യനിമിഷങ്ങൾകൂടി. നെറ്റിയുടെ ചൂടറിയാൻ അഭിമന്യുവിന്റെ പരുപരുത്ത കൈപ്പത്തി താണുവന്നേക്കും. ഊർമ്മിള കണ്ണടച്ചു. ഊർമ്മിളേ എന്ന വിളിക്കു കാതോർത്തു. പക്ഷേ, അഭിമന്യു വിളിച്ചത് സഖാവേ എന്നായിരുന്നു. കൈപ്പത്തി നെറ്റിയിൽ പതിച്ചതുമില്ല. ഊർമ്മിള കണ്ണു മിഴിച്ചു.

“സഖാവിന് എഴുന്നേറ്റുകൂടെ?”

അഭിമന്യു ചോദിച്ചു.

ഊർമ്മിള ഏറെ പ്രയാസപ്പെട്ട് എഴുന്നേറ്റിരുന്നു. സജലമായ കണ്ണുകൾ അഭിമന്യുവിനെ നൊമ്പരപ്പെടുത്തിയില്ല. സാന്ത്വനത്തിന് ഇവിടെ പ്രസക്തിയില്ല. രോഗത്തിന് ഔഷധമാണാവശ്യം. പക്ഷേ ഔഷധമെവിടെ?

ഒളിത്താവളം തേടി യാത്ര പുറപ്പെടുമ്പോൾ ഭാണ്ഡങ്ങളിൽ അവ

ശേഷിച്ചതു ലഘുലേഖകളും സൈദ്ധാന്തിക ഗ്രന്ഥങ്ങളും മാത്രം.

ഊർമ്മിളയെ നോക്കി നിന്നപ്പോൾ ബോധം ഭിക്ഷാംദേഹിയെപ്പോലെ അറിയാവഴികളിൽ അലഞ്ഞുതിരിഞ്ഞു. അപ്പോൾ അഭിമന്യു ചോദിച്ചു:

"ഈ യാത്രയ്ക്ക് ഇറങ്ങിപ്പുറപ്പെടേണ്ടിയില്ലായിരുന്നുവെന്ന് തോന്നുന്നോ സഖാവിന്? എല്ലാം വിഡ്ഢിത്തമാണെന്നും തോന്നിത്തുടങ്ങിയോ?"

വിയർപ്പിലും ചോരയിലും കുതിർന്ന വാക്കുകളാണതെന്ന് ഊർമ്മിളക്ക് തോന്നി.

അവൾ നിശ്ശബ്ദയായി.

അവൾക്കു പറയണമെന്നുണ്ടായിരുന്നു.

കൂർത്ത പാറകളുടേയും കള്ളിക്കാടുകളുടേയും കൂലം കുത്തിയൊഴുകുന്ന നദികളുടേയും ഹിംസ്രജന്തുക്കളുടേയും ഭൂമിയിലേക്ക് അനുഗമിക്കാൻ നിയോഗിക്കപ്പെട്ട മൈഥിലിയാണു ഞാനെന്ന് അഭിമന്യുവിനറിയില്ലേ? കോമ്രേഡിന്റെ പരുക്കൻ വസ്ത്രമണിഞ്ഞു നടക്കാൻ തുടങ്ങിയപ്പോഴൊക്കെ ഭീമാകാരമായ ചാപം പൊട്ടി വീഴുന്ന ദിനത്തെയായിരുന്നു ഞാൻ ആലോചിച്ചത്.

അഭിമന്യുവിന്റെ ദൈന്യതയിൽ വാക്കുകൾ വറ്റിപ്പോയി.

"സഖാവെന്താണ് ഒന്നും പറയാത്തത്?"

അഭിമന്യുവിന്റെ ചോദ്യം വീണ്ടും.

"സഖാക്കൾക്കു ഞാനൊരു ഭാരമായിത്തീരുകയാണല്ലേ?"

ശരിക്കും കോമ്രേഡിന്റെ സ്വരമായിരുന്നു ഊർമ്മിളയുടേത്.

"ഇല്ല. ഒരിക്കലുമില്ല. ആക്ഷന് ഇറങ്ങിപ്പുറപ്പെട്ട സഖാവ് ഞങ്ങൾക്കൊരാവേശമാണ്. പീഡനങ്ങളെക്കുറിച്ചു ബോദ്ധ്യപ്പെട്ടിട്ടും സ്വന്തം വലയം ഭേദിക്കാനാവാത്ത പെൺകുട്ടികളുടെ ഇടയിൽനിന്നു സഖാവ് വരുമ്പോൾ ഞങ്ങൾ ആഹ്ലാദിച്ചിട്ടേയുള്ളൂ. വീണുപോയ സഖാക്കളെ ചുമലിലേറ്റി നടക്കേണ്ടവരാണല്ലോ വിപ്ലവകാരികൾ."

ഊർമ്മിള പിന്നീടൊന്നും പറഞ്ഞില്ല. അവളുടെ വിടർന്ന കണ്ണുകൾ മാത്രം ജ്വലിച്ചുനിന്നു. വാക്കുകളില്ലാതെ വരുമ്പോൾ ഈ കണ്ണുകൾ പരീക്ഷിക്കപ്പെടുമെന്ന് അഭിമന്യുവിനറിയാം.

പൊടുന്നനെ മുഖംമൂടി എടുത്തണിഞ്ഞ് അഭിമന്യു എഴുന്നേറ്റു. ഒന്നും പറയാൻ നിൽക്കാതെ മുറിയിൽനിന്നു പുറത്തുകടന്നു.

ഊർമ്മിള തളർന്നുപോയി.

രോഗിയോടു സഹതപിക്കാൻപോലും അറിയാത്ത അഭിമന്യുവി

നോട് അവൾക്കു വെറുപ്പു തോന്നി.

കാട്ടിൽനിന്നു തിരിച്ചെത്തുമ്പോൾ പുറത്തെങ്ങും ഊർമ്മിളയെ കാണാതെ വിനയൻ അവളുടെ മുറിയിൽ പാഞ്ഞെത്തി. നീരുവന്നു വീർത്ത കാൽവണ്ണകൾ വിനയനെ അസ്വസ്ഥനാക്കി:

“സഖാവിനു പനിച്ചോ?”

“ഉം.”

വിളറിയ കാല്പത്തിയിൽ വിനയൻ പതുക്കെ വിരൽ ഊന്നി.

“വല്ലാതെ വേദനിക്കുന്നോ?”

‘ഉം.”

ഭാണ്ഡത്തിൽ മരുന്നൊന്നുമില്ലെന്ന് വിനയനും അറിയാം. പച്ചില കളെ ആശ്രയിക്കുകയേ നിവൃത്തിയുള്ളൂ. വിനയൻ പുറത്തുകടന്നു. കാട്ടിൽ ചുറ്റിനടന്ന് കുന്നിയിലകൾ പറിച്ചെടുക്കാൻ അവൻ നന്നെ പാടുപെട്ടു. വിനയൻ തന്നെ അവളുടെ കാലുകളിൽ കുന്നിയില പതി ച്ചു.

കവിയും ദത്തനും പാചകം ഏറ്റെടുത്തിരുന്നു. അഭിമന്യു പുസ്ത കങ്ങളിൽ തളയ്ക്കപ്പെടുകയായിരുന്നു. പൗലോസ് ഇരുട്ടിലും. ഊർമ്മി ളയ്ക്കരികിലേക്ക് ആരും പിന്നെ വന്നില്ല. വിനയന്റെ സ്പർശത്തിന്റെ സുഖാനുഭൂതിയിൽ ലയിച്ചുകിടക്കുമ്പോൾ അവൾ ചിന്തിച്ചത് മനുഷ്യ ബന്ധങ്ങളുടെ ദുർജ്ഞേയതയെക്കുറിച്ചാണ്. ആർക്കും തോന്നാത്തത് വിനയനു തോന്നാനെന്തേ?

അവളുടെ മസ്തിഷ്കത്തിൽ ചോദ്യങ്ങളുടെ കൊളുത്തുകൾ വീണു. അവയെ വേർപെടുത്തുമ്പോൾ ചിലതെല്ലാം അവൾക്കു വെളി പ്പെടുകയായിരുന്നു.

കാറ്റു തട്ടുന്ന ഒരിടത്തേക്ക് ഊർമ്മിളയെ കൊണ്ടുപോയി കിടത്തി യതും വിനയനായിരുന്നു. അവിടെ പൊളിഞ്ഞുവീണ ചുവരിനടു ത്തായി കരിങ്കൽത്തറയുണ്ടായിരുന്നു.

വിനയൻ പോയ്ക്കഴിഞ്ഞപ്പോൾ അവൾ പുറത്തേക്ക് നോക്കി. കണ്ണെത്താത്ത ദൂരത്തോളം കാടുകളുടെ പച്ച മാത്രം. അങ്ങനെ നോക്കിക്കിടക്കവെ ഊർമ്മിള സ്വയം ചോദിച്ചു.

എല്ലാം വിഡ്ഢിത്തമായിരുന്നുവെന്ന് അറിഞ്ഞുതുടങ്ങുകയാണോ?

വലിയ സാഹസത്തിനു പതറാതെ പുറപ്പെടാനുള്ള കരുത്ത് എവിടെ നിന്നാണ് കിട്ടിയത്? അന്ന് നയിക്കാൻ അവിവാഹിതയായ പ്രൊഫസറുണ്ടായിരുന്നു. അവർ നക്ഷത്രപഥത്തിലേക്കു യാത്രപോ യപ്പോൾ ഇരുപത്തിയേഴാം ഡിവിഷനിലെ സഖാക്കൾക്കൊപ്പം പ്രത്യ

യശാസ്ത്രത്തിന്റെ ഉരുക്കുകമ്പികളിൽ തളയ്ക്കപ്പെട്ടു കഴിഞ്ഞിരുന്നു. സ്വന്തം ജീവിതത്തിന് സ്ത്രീയുടെ ചാപല്യങ്ങൾക്കപ്പുറം പുതിയ മാനം കിട്ടുമ്പോൾ ആഹ്ലാദിച്ചു. സഖാവേയെന്ന വിളിയിൽ ലിംഗഭേദങ്ങൾക്കപ്പുറം ഒരു വിശ്വാസവും ഒരു ആത്മാവും മാത്രമായിത്തീരുമ്പോൾ സ്വപ്നങ്ങളിൽ ചുവന്ന നക്ഷത്രങ്ങൾ തെളിയുകയായിരുന്നു.

ഇരുപത്തിയേഴാം ഡിവിഷനിൽ അഭിമന്യു എത്തുമ്പോൾ ഉൾത്തടത്തിലെ കറുത്ത പാറകൾ പിളർന്ന് കണ്ണീരും നിറക്കൂട്ടും ഒഴുകാൻ തുടങ്ങി. ആ വിള്ളലുകൾ അടച്ച്, യാതനാപൂർണ്ണമായ അന്വേഷണം അഭിമന്യുവിന്റെ പിറകിൽ നിഴലായി ചേർന്നുകൊണ്ടായിരുന്നു.

ആക്ഷനു തയ്യാറെടുക്കുമ്പോൾ എല്ലാവരും വിലക്കിയതാണ്.

കലാപകാരികളുടെ സംഘത്തിൽ ഒരു പെൺകുട്ടി. അവർക്കു സങ്കല്പിക്കാൻപോലും കഴിയില്ലായിരുന്നു. എന്നിട്ടും ഉറച്ചുനിന്നു. അവസാനത്തെ തിരഞ്ഞെടുപ്പിലും വിജയിച്ച് കലാപസംഘത്തിൽ ചേർന്നതെന്തിനായിരുന്നു? ഉല്ക്കടമായ സ്വാതന്ത്ര്യവാഞ്ഛയോ? അതോ മനുഷ്യനിലേക്ക് നടക്കാനുള്ള ആസക്തിയോ? ഒന്നുമായിരുന്നില്ല. അഭിമന്യു എന്ന ശക്തിയാൽ നയിക്കപ്പെടുകയായിരുന്നു. അതുകൊണ്ടാണല്ലോ ആക്ഷനു പുറപ്പെട്ടപ്പോൾ മുതൽ യഥാർത്ഥ കോമ്രേഡിന്റെ പടച്ചട്ട എടുത്തണിയാൻ കഴിയാതെ പോയത്.

ഇനി...

ഒന്നിനും ഉത്തരമില്ല. ഭാവിയെക്കുറിച്ചോർക്കുമ്പോൾ കാഴ്ചക്കപ്പുറത്ത് എല്ലാം മങ്ങുകയാണ്. ചാരനിറം പൂണ്ട തരിശുമാത്രം വെളിവാകുന്നു.

ഒട്ടകം നഷ്ടപ്പെട്ട യാത്രക്കാരാണ് വിപ്ലവകാരികൾ.

അഭിമന്യു എപ്പോഴും പറയാറുണ്ട്.

ഇപ്പോഴോ?

കാല്പത്തികൾ നഷ്ടപ്പെട്ടവരും.

എവിടെയോ കർമ്മങ്ങൾ പിഴച്ചിരിക്കുന്നു. ഏതോ കൊടുംശാപം ഈ സംഘത്തെ ആവേശിച്ചിരിക്കുന്നു.

കാലിൽ നീരുവറ്റുന്ന സുഖത്തിൽ കഴിഞ്ഞ രാത്രിയിൽ നഷ്ടപ്പെട്ട ഉറക്കം തിരിച്ചുകിട്ടി. മുത്തശ്ശിക്കഥയുടെ തൂവൽശയ്യയിലേക്കു വീണപ്പോൾ പച്ചക്കാടിനു മുകളിലൂടെ കുതിരപ്പുറത്തു പറന്നുപോകുന്ന രാജകുമാരനെ സ്വപ്നം കണ്ടു. ആ രാജകുമാരന് വിനയന്റെ മുഖമായിരുന്നു.

ഏഴ്

കാലവും നേരവുമില്ലാതെ ഘോരവിപിനത്തിൽ അവർ ഒറ്റപ്പെട്ട തടാകങ്ങളായിത്തീർന്നിരുന്നു. സ്വന്തം നിയോഗത്തെക്കുറിച്ച് ഓർക്കാൻ പോലുമാവാതെ ഇന്നലെകളിൽ നിന്ന് സ്മൃതികൊണ്ടും അന്യരാക്കപ്പെട്ടവരായി അവർ.

പച്ചയിലൂടെ തുഴഞ്ഞുകയറിയ കവി ബാല്യത്തിന്റെ പായൽക്കൂടിൽ കുരുങ്ങിപ്പോയി. അരുവിയിൽനിന്ന് പുല്ലുകളുടെ ഇളംമേനിയിലേക്ക് വെള്ളം തെറുപ്പിച്ച് കിളികളോടു ചങ്ങാത്തം പറഞ്ഞ് കാറ്റിന്റെ ശിശിരഗീതത്തിനൊപ്പം താളംകൊട്ടി കാട്ടുവള്ളികളെ താലോലിച്ച് മഹാമരങ്ങളുടെ ചോരയൊലിപ്പിക്കുന്ന മുറിവുകളിൽ തലോടി പകലിനു നെടുകെയും കുറുകെയും കവി നടന്നു.

താവളങ്ങളിൽ തിരിച്ചെത്തുമ്പോൾ വാക്കുകൾകൊണ്ടു വിങ്ങിനിറയുകയായിരുന്നു കവി. ഹിമക്കട്ടയായിത്തീർന്ന തടാകങ്ങളിലേക്ക് കല്ലെടുത്തെറിഞ്ഞിട്ടെന്ത്? അലകൾപോലും ഉണരാതെ വരുമ്പോൾ എല്ലാം വൃഥാ വ്യായാമമാവുമെന്ന് കവിക്കറിയാം. ഋഷിതുല്യമായ നിസ്സംഗതയോടെ എല്ലാം നോക്കിക്കാണുക മാത്രമാണ് തന്റെ നിയോഗമെന്ന് കവിക്ക് മനസ്സിലായി.

പകൽ മങ്ങുവോളം കാടിന്റെ ശാന്തിമന്ത്രം ശ്രവിച്ച് ഊർമ്മിള രോഗശയ്യയിൽ കിടന്നു. ചില നേരങ്ങളിൽ മയക്കത്തിലേക്ക് വീഴുമ്പോൾ അവൾക്കായി വെളിവായത് മുത്തശ്ശിക്കഥകളുടെ ലോകമായിരുന്നു. കാരുണ്യം നിറഞ്ഞ മുഖവുമായി വിനയൻമാത്രം അവൾക്കരികിൽ എത്തും.

പൗലോസ് തന്റെ ഭീതിയിലേക്ക് ചുരുങ്ങി. തനിക്കരികിൽ വരുന്ന സഖാക്കളുടെ പാദപതനശബ്ദം അറിയുമ്പോൾപോലും പൗലോസ് ഭയന്നു നിലവിളിക്കുമായിരുന്നു.

അകപ്പെട്ടുപോയ പത്മവ്യൂഹം അഭിമന്യുവിനെ പേടിപ്പെടുത്തി. വികാരത്തിനു കീഴടങ്ങുമ്പോൾ ആത്മഹത്യാപരമായ ദുരന്തത്തിലായിരിക്കും ചെന്നെത്തുക. യുദ്ധക്കളത്തിൽ സഖാക്കൾ മരിച്ചുവീഴുമ്പോഴും ശത്രുവിനു നേരെ അവസാനത്തെ ആയുധം മൂർച്ചകൂട്ടുന്നവരാണ് വിപ്ലവകാരികൾ. വിശ്വാസത്തിന്റെ പിടിവള്ളി അഭിമന്യു കൈവിടില്ല. അകപ്പെട്ടുപോയ പത്മവ്യൂഹം പൊളിക്കാൻ അഭിമന്യു പുസ്തകങ്ങളിലേക്കു പിൻവാങ്ങി. പ്യൂപ്പക്കുള്ളിലെ മൗനമായി അയാളുടേത്.

പക്ഷേ, ദത്തൻ മാത്രം മടക്കയാത്രയെക്കുറിച്ചു ചിന്തിച്ചു തുടങ്ങി.

എങ്ങോട്ട്?

ദിശ നിർണ്ണയിക്കാൻ ദത്തനായില്ല.

മടങ്ങിപ്പോകാൻ വീടില്ലാത്തവൻ എങ്ങോട്ടു പോകാൻ?

ഇന്നലെകളെക്കുറിച്ചോർക്കുമ്പോൾ നീണ്ട നിശ്വാസമയക്കാനേ ദത്തനാവൂ. വിശ്വാസത്തിന്റെ ഉറപ്പുള്ള പ്രതലത്തിൽ ഒരിക്കലും നിലയുറപ്പിച്ചിരുന്നില്ലെന്ന് ദത്തന് ബോധ്യമാകുന്നതിപ്പോഴാണ്.

എന്നും നിലനില്പായിരുന്നു പ്രശ്നം. ബുദ്ധിയുറച്ചപ്പോൾ തുടങ്ങിയ നീണ്ട യാത്രയിൽ താവളങ്ങളെന്നും സത്രങ്ങളായിട്ടേയുള്ളൂ. കൊടുംവിപത്തുകളിൽനിന്ന് മോചനം തേടിയാണ് കൂടു മാറിക്കൊണ്ടിരുന്നത്. ഇരുപത്തിയേഴാം ഡിവിഷനിൽ കൊണ്ടെത്തിച്ചത് ഏതു വിശ്വാസമായിരുന്നു? ദത്തൻ സ്വയം ചോദിച്ചു നോക്കാറുള്ളതാണ്. ഒടുങ്ങാത്ത വിപ്ലവാവേശമായിരുന്നില്ല. എവിടെനിന്നും സൈദ്ധാന്തികമായി കലാപം ചെയ്തുകൊണ്ടല്ല ഇരുപത്തിയേഴാം ഡിവിഷനിലെത്തിയത്.

ഉണ്മയെക്കുറിച്ചാണ് എന്നും വ്യാകുലപ്പെട്ടത്. പ്രത്യയശാസ്ത്രത്തെക്കുറിച്ചല്ല. മാർക്സിനെയും ലെനിനെയും അന്നറിയുമായിരുന്നില്ല. മാവോയെയും ചെഗുവേരയെയും അറിയുമായിരുന്നില്ല. ഇരുപതാമത്തെ പിറന്നാൾ ദിവസത്തിൽ അഭിസാരികയായ അമ്മയുടെ പതിവുകാരൻ സേട്ടിനെ കുത്തിമുറിവേൽപ്പിച്ച്, വീടിന്റെ ഗ്ലാസ് ജനൽ തകർത്ത് യാത്ര പുറപ്പെട്ടതാണ്. അച്ഛനെത്തേടിയുള്ള വിഫലമായ അന്വേഷണമായിരുന്നു പിന്നെ. അശാന്തി നിറഞ്ഞ അന്വേഷണത്തിന്റെ അവസാനം ഇരുപത്തിയേഴാം ഡിവിഷൻ.

മാർക്സ്-ലെനിൻ-മാവോ-ചാരുമജുംദാർ. ജാരസന്തതിയല്ലെന്നറിഞ്ഞത് അപ്പോഴായിരുന്നു. ഇരുപത്തിയേഴാം ഡിവിഷന്റെ പാർട്ടി ഓഫീസ് രണ്ടാം വീടായി. നിഷേധത്തിനു ക്രിയാത്മകത കൈവരുന്നത് അവിടെവച്ചാണ്. അപ്പോഴും മനസ്സിന്റെ ആഴത്തിൽ അടിഞ്ഞു

കിടന്നത് അനാഥത്വം അവസാനിച്ചുവെന്ന ആശ്വാസം മാത്രം. വേരുകൾക്ക് ആഴം കണ്ടെത്താനായിരുന്നു പിന്നത്തെ കർമ്മകാണ്ഡം.

ഇനി മടങ്ങിപ്പോകേണ്ടത് ഏതു വീട്ടിലേക്കാണ്?

തുള വീണ മാതൃത്വത്തിലേക്കു മടക്കയാത്രയില്ല.

മടക്കയാത്ര ചിലപ്പോൾ തടവറയിൽക്കൊണ്ടെത്തിച്ചേക്കാം. പിന്നെയുള്ളത് നഗരത്തിലെ പ്രച്ഛന്നവേഷം പൂണ്ട ജീവിതമാണ്. അതിന്റെ വിജയത്തെക്കുറിച്ചും തീർച്ചയില്ല.

ഉറങ്ങാൻ കഴിയാതെപോയ ഒരു രാത്രി. ശിശിരക്കാറ്റിന്റെ ക്രൂരമായ പീഡനം സഹിക്കാൻ കഴിയാതെ വന്നപ്പോൾ ദത്തനു തോന്നി.

ചുട്ട കാട്ടുകിഴങ്ങും വെടിയിറച്ചിയും അരുവിയിലെ വെള്ളവും കൊണ്ടു വിശപ്പുമാറ്റി, വഴികൾ തിരിച്ചറിയാത്ത ഈ കാട്ടിൽ താമസിക്കുന്നതിനേക്കാൾ ഭേദം തടവറയോ ശിഖണ്ഡികൾ നൃത്തംചെയ്യുന്ന നഗരമോ ആണ്.

പിറ്റേന്ന് കോട്ടയുടെ മുറ്റത്തു കൂടിയിരിക്കുമ്പോൾ ദത്തൻ മടക്കയാത്രയെക്കുറിച്ച് സംസാരിച്ചുതുടങ്ങി:

'വഴികൾ കടലിലവസാനിക്കുമ്പോൾ ചങ്ങാടം പോലും കാണാതെ വന്നാൽ എന്തു ചെയ്യും? മറ്റൊരു തീരത്തേക്കുള്ള യാത്ര പോലും ചിന്തിക്കാൻ പറ്റില്ല. അനാഥമായ ഈ കോട്ടയിൽക്കിടന്ന് മരിക്കുന്നതിനേക്കാൾ ഭേദം തിരിച്ചുപോകുകയാണ്. പുറംലോകത്തുനിന്നുള്ള ഒറ്റപ്പെടൽ വല്ലാതെ ഭയക്കുന്നു. ഇതാ, ഇപ്പോൾത്തന്നെ രണ്ടു സഖാക്കൾ വീണുപോയി. ഇനി ആർക്കുവേണ്ടിയാണ് നമ്മൾ കാത്തിരിക്കുന്നത്?"

ദത്തന്റെ വാക്കുകൾ പൊള്ളലായിരുന്നു അവർക്ക്. പക്ഷേ, അഭിമന്യു മാത്രം നിസ്സംഗനായിരുന്നതേയുള്ളൂ.

"മടക്കയാത്ര ജയിലിലാണ് കൊണ്ടെത്തിക്കുക."

അഭിമന്യു പറഞ്ഞു.

"ഭേദം അതായിരിക്കും." ദത്തന് മറ്റൊരു വഴിയും നിർദ്ദേശിക്കാനില്ലായിരുന്നു.

"എങ്കിൽ സ്വന്തം നെഞ്ചിലേക്ക് നിറയൊഴിച്ച് മരിക്കുന്നതാവും നല്ലത്. തെലുങ്കാനയിലെ അവസാനത്തെ വിപ്ലവകാരികൾ കാണിച്ചുതന്ന വഴി അതാണ്."അഭിമന്യു അല്പം വികാരാധീനനായി.

കവിക്കും വിനയനും ദത്തന്റെ വാദഗതിയെ ന്യായീകരിക്കാനായില്ല. പ്രതിസന്ധികളെ തരണം ചെയ്തേ പറ്റൂ. പക്ഷേ, അത് തിരിച്ചുനടക്കലായിക്കൂടാ.

ഏറെ നേരത്തെ നിശ്ശബ്ദതയ്ക്കുശേഷം അഭിമന്യു ഗുരുവിനെ

പ്പോലെ ശാന്തനായി പറഞ്ഞുതുടങ്ങി:

"വിപ്ലവം കിനാവുപോലെ സുതാര്യമാണെന്നു തോന്നുന്നിടത്തു വെച്ചാണ് ചിന്തകൾ വഴിപിഴയ്ക്കുന്നത്. വിപ്ലവം പരീക്ഷണവുമല്ല. രക്തസാക്ഷിത്വത്തിനും ജീവിതത്തിനുമിടയിലെ നൂൽപ്പാലത്തിലൂടെ യാണ് നമ്മുടെ യാത്ര. നാം കാത്തിരിക്കുന്നത് നാടോടിക്കഥയിലെ രക്ഷകനെയല്ല. ഉദയപുരത്തെ സഖാക്കൾ വന്നെത്തുമെന്ന് നമുക്കെ ന്തുകൊണ്ടു പ്രതീക്ഷിച്ചുകൂടാ? ഇങ്ങോട്ടു പോരുമ്പോൾ നാം രഹ സ്യമായി സന്ദേശം എത്തിച്ചതാണല്ലോ. ഈ താവളം എക്കാല ത്തേക്കും സുരക്ഷിതമല്ല.നിയമപാലകർ ഒരു ദിനം ഈ താവളം കണ്ടെ ത്തുക തന്നെ ചെയ്യും. വിപ്ലവകാരികളുടെ ഒളിസങ്കേതം ഇത്തരം കോട്ട കളായിക്കൂടാ. അടിമകൾക്കിടയിലെ, തീരെ ദരിദ്രരായ കർഷകർക്കി ടയിലെ താവളമായിരിക്കണം. പക്ഷേ, മനുഷ്യരില്ലാത്ത ഈ കാട്ടിൽ നാമെന്തു ചെയ്യും?

ഇനി ഒരു വഴിയേ ഉള്ളൂ. കാടിന്റെ ഭൂമിശാസ്ത്രം ശരിക്കും പഠിക്കു ക. ആദിവാസികളുടെ സങ്കേതങ്ങൾ കണ്ടെത്താതിരിക്കില്ല. അവിടെ നിന്നു പുതിയ യാത്ര ആരംഭിക്കണം.'

"അവർ നമ്മെ സ്വീകരിക്കുമോ?"

വിനയൻ സംശയം ഉന്നയിച്ചു.

"മനുഷ്യനിലേക്ക് നടന്നടുക്കുമ്പോൾ ഭയപ്പാടെന്തിന്? നുകപ്പാടിൽ അമർന്നുപോയവർ വിപ്ലവകാരികളെ തിരിച്ചറിയുകതന്നെ ചെയ്യും."

മനുഷ്യനിലുള്ള വിശ്വാസം അഭിമന്യുവിന് നഷ്ടപ്പെട്ടിരുന്നില്ല.

കാട്ടിൽ മനുഷ്യരെയും തേടി ഏതു ദിശയിലേക്ക് അന്വേഷണം ആരംഭിക്കണം എന്നതായിരുന്നു അടുത്ത പ്രശ്നം.

വിനയനാണ് ഇത്തവണ ഉത്തരം കണ്ടെത്തിയത്. കാട്ടിൽ അല ക്ഷ്യമായി ചുറ്റിത്തിരിയുന്നതിനിടയിൽ ഒരു പാറയ്ക്കു മുകളിൽനിന്നു നോക്കിയപ്പോൾ പുൽപ്പരപ്പിലൊരിടത്ത് പുല്ലുകൾ മേഞ്ഞ മാട ങ്ങൾപോലെ എന്തോ കണ്ടത് അവന്റെ ഓർമ്മയിലെത്തി.

പുതിയ യാത്രയെക്കുറിച്ച് അവർ ചർച്ച ചെയ്യാൻ തുടങ്ങി. ദത്തൻ മാത്രം തന്റെ തോടിനുള്ളിലേക്ക് ചുരുങ്ങി. മുന്നോട്ടുള്ള പ്രയാണ ത്തിൽ വിശ്വാസം നഷ്ടപ്പെട്ടിരുന്നു അവന്. നിലാവു വീണ വഴിയി ലൂടെ മഞ്ഞിൽ കുതിർന്ന കാട്ടുപുല്ലുകളുടെ ശീതളസ്പർശമറിഞ്ഞു വർത്തമാനത്തിൽനിന്നകന്നു സമയമില്ലാത്ത തുരുത്തിലേക്കുള്ള യാത്ര.

ദത്തന്റെ ഇച്ഛ അതായിരുന്നു.

എട്ട്

അഭിമന്യുവിനെ സംബന്ധിച്ചിടത്തോളം നിഗൂഢതകൾ ഉള്ളിലൊതുക്കുന്ന കടലായിരുന്നു കവി.

അശരണമായ ഒരാത്മാവുപോലെ സമയബോധമില്ലാതെ അലഞ്ഞു നടന്ന കവി ഒളിവുസങ്കേതത്തിലേക്ക് അവരെ നയിക്കുമ്പോൾ സഖാക്കളെല്ലാം സംശയിച്ചതാണ്.

ഈ മനുഷ്യൻ എവിടെയായിരിക്കും നമ്മെ കൊണ്ടെത്തിക്കുക? പണിയാളന്റെ വിശ്വാസ്യതപോലും ഇയാൾക്കില്ലെന്നു വന്നാലോ?

അഭിമന്യുവിനുമാത്രം സംശയങ്ങളില്ലായിരുന്നു. ആദ്യം കൈമാറിയ വാക്കുകളിൽ നിറഞ്ഞുനിന്ന ആർദ്രത ഒരു ഒറ്റുകാരനല്ലെന്നു വിശ്വസിക്കാൻ ധാരാളം മതിയായിരുന്നു.

“ഇയാൾ നമ്മെക്കൊണ്ടെത്തിക്കുന്നത് തടങ്കൽപ്പാളയത്തിലാവില്ല. അത്രയും ഉറപ്പുപറയാം. ഈ അവസ്ഥയിൽ മറ്റൊരു താവളം കണ്ടെത്താൻ നമുക്കാവില്ല.”

അഭിമന്യു സഖാക്കളോടു പറഞ്ഞിരുന്നു.

അഭിമന്യുവിന്റെ ആത്മവിശ്വാസം മാത്രമാണ് കവിയെ അനുധാവനം ചെയ്യാൻ അവരെ പ്രേരിപ്പിച്ചതും. പിന്നെ യാത്രയിലൂടെ അവിശ്വാസം കെട്ടടങ്ങുകയും ചുട്ടുപൊള്ളുന്ന വെയിലിൽ വൃക്ഷത്തിന്റെ ശീതളസാന്ത്വനം ഒരാശ്വാസമാണെന്ന് അവർക്കു ബോധ്യപ്പെടുകയും ചെയ്തു. പക്ഷേ, കവി എന്ന പദപ്രശ്നം അപ്പോഴും പൂരിപ്പിക്കാതെ കിടന്നു. കവിയുടെ വിശുദ്ധി. കാരുണ്യത്തിന്റെ പൊരുൾ.

എല്ലാം ഉത്തരമില്ലാത്ത ചോദ്യങ്ങളായി അവശേഷിച്ചു.

എന്തിനുവേണ്ടിയാണ് ഈ മനുഷ്യൻ പീഡനം ഏറ്റെടുക്കുന്നത്? രാജ്യഭ്രഷ്ടർക്ക് അഭയസങ്കേതം നൽകാൻ ഈ മനുഷ്യനെ പ്രേരിപ്പിക്കുന്ന വിശ്വാസം എന്തായിരിക്കും?

ഭൂതകാലത്തെക്കുറിച്ച് കവി സംസാരിച്ചത് ആരംഭമോ അവസാനമോ ഇല്ലാത്ത ചില നിശ്വാസങ്ങൾ മാത്രമായിരുന്നു. അപ്പോഴൊക്കെ അഭിമന്യു ചോദിക്കാൻ തുനിഞ്ഞതാണ്.

സാഗരംപോലെ സഖാവെന്താണ് എല്ലാം ഒളിച്ചുവയ്ക്കുന്നത്?

ഒരു നെരിപ്പോടിനരികിൽ കവിയും അഭിമന്യുവും മാത്രം ബാക്കിയായപ്പോൾ അഭിമന്യു ആ ചോദ്യം പുറത്തെടുക്കുക തന്നെ ചെയ്തു.

ചോദ്യം കവിയെ തെല്ലും പരിഭ്രമിപ്പിച്ചില്ല. എന്നെങ്കിലുമൊരിക്കൽ ഇങ്ങനെയൊരു ചോദ്യത്തെ നേരിടേണ്ടി വരുമെന്ന് കവിക്കറിയാമായിരുന്നു. പെട്ടെന്ന് ഉത്തരം നൽകാൻ കവിക്കു കഴിഞ്ഞില്ല.

ഒരുസംഘം കലാപകാരികൾക്ക് അഭയസങ്കേതം കാണിച്ചുകൊടുത്തത് ഒരു പ്രത്യയശാസ്ത്രത്തിലുമുള്ള വിശ്വാസം കാരണമായിരുന്നില്ല. ദുരന്തങ്ങളിൽനിന്ന് ദുരന്തങ്ങളിലേക്കുള്ള യാതനാപൂർണ്ണമായ യാത്രയിൽ ഒരു ദർശനവും സത്രമായിത്തീർന്നിട്ടില്ല. പക്ഷേ അഭിമന്യുവിന്റെ നേതൃത്വത്തിലുള്ള സംഘത്തെ ഒളിത്താവളങ്ങളിലേക്കു നയിക്കുമ്പോൾ അശാന്തമായ അന്വേഷണം സഫലമായിത്തോന്നിയെന്നതു നേരാണ്. പേ ബാധിച്ച തലച്ചോറുമായി ഊരുചുറ്റി നടന്നത് ഈ കലാപകാരികളെത്തേടിയായിരുന്നോ?

ഈ ജന്മത്തിൽ ചെയ്തുതീർക്കേണ്ട മഹത്തായ കർമ്മം ഇവർക്കു വഴികാണിക്കുക എന്നായിരുന്നോ?

ഒന്നും തീർച്ചയില്ല. ദിവാന്റെ പ്രതിമ തകർന്നുവെന്നറിഞ്ഞപ്പോൾ മനസ്സിന്റെ തരിശിൽ പച്ചപ്പു കിളിർത്തു തുടങ്ങി. പ്രതിമകൾ തകർന്നു വീഴണമെന്ന കേവലമായ മോഹം കൊണ്ടായിരുന്നില്ല ഇത്. എല്ലാ ചോദ്യങ്ങൾക്കും ഉത്തരം നൽകേണ്ടിവരുമ്പോൾ ഭൂതകാലത്തിന്റെ ഓരോ വൃത്തങ്ങളെയും ചിലന്തിയിഴകൊണ്ടു ബന്ധിപ്പിക്കേണ്ടതുണ്ട്.

തൂക്കിലേറ്റപ്പെട്ട അച്ഛൻ.

ദിവാന്റെ തകർന്ന പ്രതിമ.

ഉത്തരം വ്യക്തമാവുമ്പോൾ ഒന്നും ഒളിച്ചുവെക്കേണ്ടതില്ലെന്നറിയാം.

കവി മുഖമയുർത്തുമ്പോൾ തനിക്കു കൈയെത്തിപ്പിടിക്കാനാവാത്ത ഒരറിവിനുവേണ്ടി ഉറ്റുനോക്കുകയായിരുന്നു അഭിമന്യു.

തീക്കുണ്ഡത്തിലേക്കു വിറകുചീളുകൾ വാരിയെറിഞ്ഞുകൊണ്ട് കവി പറഞ്ഞുതുടങ്ങി:

"ഞാൻ നിങ്ങളിലെത്തിയത് ഒരു പ്രത്യയശാസ്ത്രത്തിന്റെയും വഴിയിലൂടെയല്ല. ജീവിതം ഓരോ തിരുമുറിവുകളാണ് എനിക്കെന്നും നൽകിക്കൊണ്ടിരുന്നത്. ദിവാന്റെ പ്രതിമ തകർത്തില്ലായിരുന്നെങ്കിൽ

ഒരുപക്ഷേ, നിങ്ങളെന്റെ അറിവിലെത്തുമായിരുന്നില്ല. കാരണം, നീണ്ട യാത്രയിലൊരിക്കലും കലുഷമായ പുറംലോകം എന്റെ മനസ്സിലേക്കു കടന്നുവന്നിട്ടേയില്ല. ദിവാന്റെ പ്രതിമ തകർന്നുവീണുവെന്നറിഞ്ഞപ്പോൾ എന്റെ യാത്ര അവസാനിച്ചതായി എനിക്കു തോന്നി. ഈ പ്രതിമ തകർന്നുവീഴുന്നതു കാണാൻവേണ്ടി മാത്രമാണ് ഞാൻ അലഞ്ഞുനടന്നതെന്നും."

"നിമിത്തം മാത്രമാണിതെന്ന് നിങ്ങൾക്ക് തോന്നിയേക്കാം. പക്ഷേ, എന്റെ ജീവിതം ഇത്തരമൊരു വെളിപാടിലേ ചെന്നത്തുമായിരുന്നുള്ളൂ."

"അച്ഛനെ തൂക്കിലേറ്റിയത് ദിവാന്റെ തടങ്കൽപ്പാളയത്തിൽവെച്ചാണ്. ആരെയും ഹിംസിക്കാനറിയാത്ത പാവം പട്ടാളക്കാരനായിരുന്നു എന്റെ അച്ഛൻ. ദിവാന്റെ ദുർഭരണത്തിനെതിരെ പട പൊരുതാനിറങ്ങിയ ഒരു സംഘം കർഷകർക്കു നേരെ നിറയൊഴിക്കാൻ നിയോഗിക്കപ്പെട്ടവരിൽ അച്ഛനുമുണ്ടായിരുന്നു. ജീവജാലങ്ങളെ ഹിംസിക്കാനറിയാത്ത അച്ഛൻ യുദ്ധക്കളത്തിൽനിന്ന് ഓടിപ്പോരുമ്പോൾ പിടിക്കപ്പെട്ടു. യുദ്ധക്കളത്തിൽനിന്ന് ഓടിപ്പോന്നവൻ പട്ടാളനിയമത്തിനുമുമ്പിൽ ശിക്ഷാർഹനാകുന്നു. അച്ഛൻ ദിവാന് മാപ്പപേക്ഷ നൽകിയതാണ്. മടങ്ങിവരും എന്നു പ്രതീക്ഷിച്ച് അമ്മ പടിക്കലേക്ക് നോക്കിയിരുന്നത് എന്റെ ഓർമ്മയിലുണ്ട്. പക്ഷേ, അച്ഛന്റെ ശവംപോലും മടങ്ങിവന്നില്ല. ജയിലിൽനിന്ന് അവസാനമായി അച്ഛനെഴുതിയ കത്ത് അമ്മ സൂക്ഷിച്ചിരുന്നു. അമ്മ മരിച്ചപ്പോൾ ഞാനത് ചിതയിലിട്ടു. അവിടെനിന്നാണ് എന്റെ യാത്രയുടെ ആരംഭം. ഇതെല്ലാം കാല്പനിക ചാപല്യമാണെന്ന് നിങ്ങൾ വിപ്ലവകാരികൾക്ക് തോന്നിയേക്കാം. പക്ഷേ, മനുഷ്യന്റെ അനാഥത്വമറിഞ്ഞ എനിക്ക് ഇങ്ങനെയൊക്കെ ചിന്തിക്കാനേ പറ്റൂ. വിശ്വാസങ്ങളുടെ ഗോപുരം തകർന്നുവീഴുമ്പോൾ അതിൽ അകപ്പെട്ടു നിലവിളിക്കുന്ന പാവം യാത്രക്കാരനാണ് മനുഷ്യൻ."

അവിടെവച്ച് കവിയുടെ വാക്കുകൾ നിലച്ചുപോയി. ഇപ്പോൾ അഭിമന്യുവിന്റെ പദപ്രശ്നം പൂരിപ്പിച്ചിട്ടുണ്ടാവുമെന്ന് കവി വിചാരിച്ചു.

വിഗ്രഹഭഞ്ജനം മഹത്തായ കർമ്മമായി ഒരാൾക്കു മുമ്പിൽ വെളിവാകുന്നതിനെക്കുറിച്ചാണ് അഭിമന്യു ചിന്തിച്ചത്. ഒരു മനുഷ്യന്റെ അന്വേഷണം തകർന്നുവീണ പ്രതിമയിൽ അവസാനിക്കുമ്പൾ കലാപത്തിനെന്തു പ്രസക്തി? അഭിമന്യുവിന് ഉറക്കെ വിളിച്ചുപറയണമെന്നുണ്ടായിരുന്നു:

ഞങ്ങൾ ദിവാന്റെ പ്രതിമ തകർക്കാൻ ഇറങ്ങിപ്പുറപ്പെട്ടവരല്ല.

അതൊരു നിമിത്തം മാത്രമായിരുന്നു. ക്യൂബൻ തീരത്തുവച്ച് ഗ്രാൻമ എന്ന കപ്പലിൽനിന്നാരംഭിച്ച മഹത്തായ വിപ്ലവംപോലെ ഒന്നായിരുന്നു ഞങ്ങളുടെ സ്വപ്നം. ലക്ഷ്യത്തിലെത്തുംമുമ്പ് എല്ലാം ശിഥിലമായപ്പോൾ പ്രതിമയും ഒരു മനുഷ്യന്റെ ജീവനും ലക്ഷ്യമായിത്തീർന്നതാണ്.

പക്ഷേ, അഭിമന്യുവിന് ഒന്നും പറയാനായില്ല. ആശയങ്ങളുടെ ശ്മശാനത്തിൽ നിന്നുകൊണ്ടു സ്വപ്നങ്ങളെക്കുറിച്ചുള്ള പ്രഭാഷണം വൃഥാവ്യായാമമാണ്. എല്ലാ ഭ്രൂണങ്ങളും ഗർഭത്തിലേ ശിഥിലമാവുമ്പോൾ സ്വപ്നങ്ങൾക്കുപോലും പ്രസക്തി നഷ്ടപ്പെടുന്നു.

എരിയുന്ന കനലുകളിലേക്കും നോക്കി അഭിമന്യു മൗനംപൂണ്ടു.

ഒമ്പത്

പ്രഭാതത്തിൽ ചോരയുടെ ഗന്ധം ശ്വസിച്ചാണ് ഊർമ്മിള പിടഞ്ഞുണർന്നത്. ശയ്യയിൽ എഴുന്നേറ്റിരുന്ന് അവൾ മുറിയിലെങ്ങും കണ്ണോടിച്ചു. ആ ഗന്ധം വീർപ്പുമുട്ടിക്കുംവിധം തീക്ഷ്ണമാവുകയായിരുന്നു.

കാലിലെ വേദന പൂർണ്ണമായും വിട്ടുമാറിയിരുന്നു. ഉയിർത്തെഴുന്നേറ്റവളെപ്പോലെ ഊർമ്മിള നിവർന്നുനിന്നു. രക്തത്തിന്റെ ഗന്ധം തലച്ചോറിലേക്കു കയറുകയാണ്. അതിന്റെ ഉറവിടം തേടി അവൾ ചെന്നെത്തിയത് പൗലോസിന്റെ മുറിയിൽ അവിടേക്കു കാലെടുത്തുവച്ചതും ഒരുനിമിഷം അവൾ തരിച്ചുനിന്നു. ഒരേയൊരു നോട്ടംമാത്രം. കനത്ത നിലവിളി ഊർമ്മിളയുടെ കുരലിൽ കുരുങ്ങിപ്പൊട്ടി. ആ നിലവിളി കോട്ടയുടെ വിള്ളലുകളിലേക്ക് പടർന്നു കയറിയപ്പോൾ പ്രഭാതത്തിലെ ഉറക്കം മുറിഞ്ഞ് സഖാക്കൾ ഓടിയെത്തി.

കഴുത്തിൽ മുറിവുമായി, തളംകെട്ടിക്കിടക്കുന്ന ചോരയിൽ പൗലോസ് കമിഴ്ന്നുകിടക്കുകയായിരുന്നു. എന്തു ചെയ്യണമെന്നറിയാതെ അവർ നിന്നു. പിന്നെ ചലനമറ്റ ശരീരത്തിനരികിൽ അഭിമന്യു കുനിഞ്ഞിരുന്നു. പൗലോസിന്റെ വലതുകൈപ്പത്തിക്കടുത്തുനിന്നു തിളങ്ങുന്ന പേനാക്കത്തി അഭിമന്യു കൈയിലെടുത്തു. അതിൽ രക്തക്കറ പറ്റിയിരുന്നു. മുറിവിന്റെ ഉറവിടമേതെന്ന് അവരറിഞ്ഞു.

വിഫലമായ ആത്മഹത്യാശ്രമം.

അഭിമന്യു പിറുപിറുത്തു.

പേനാക്കത്തി നിലത്തിട്ട് അഭിമന്യു പൗലോസിനെ മലർത്തിക്കിടത്തി. അപ്പോൾ അവൻ ഞരങ്ങി. ആ ഞരക്കം അവർക്കുമേൽ ചമ്മട്ടി വീഴ്ചയായി.

മരണം സഖാവിനെ പിടിവിട്ടിരിക്കുകയാണെന്ന് അവർക്കു മനസ്സിലായി. വിനയൻ തുണിയുമായി ഓടിവന്നു. രക്തമൊഴുകുന്ന മുറിപ്പാ

ടിൽ അതുവെച്ചുകെട്ടി.

പൗലോസിന്റെ നെഞ്ചിൽ കൈവെച്ച് ഹൃദയത്തിന്റെ മിടിപ്പുനോക്കി കവി പറഞ്ഞു:

"ഒന്നും പറയാറായില്ല. നമുക്കു കാത്തിരിക്കാം.'

അവർ എഴുന്നേറ്റു. ആർക്കും ഒന്നും പറയാനില്ലായിരുന്നു. അവർ മുറിക്കുപുറത്തു വന്നിരുന്നു. ഇടയ്ക്കെപ്പോഴെങ്കിലും പൗലോസിൽനിന്നു ഞരക്കമുയരുമ്പോൾ അവർ അവനരികിലെത്തും. പിന്നെ പഴയസ്ഥാനങ്ങളിൽ ചെന്നിരിക്കും. മരണത്തിന്റെ കാലൊച്ചയും കാത്തുള്ള ആ ഇരിപ്പു നീണ്ടുപോവുകയായിരുന്നു.

ഉച്ചയും സായാഹ്നവും അവരെ കടന്നുപോയി. പരസ്പരം പകച്ചു നോക്കുകയല്ലാതെ ഒരു വാക്കുപോലും അവർ കൈമാറിയില്ല. പൗലോസിന്റെ ജീവൻ രക്ഷിക്കുന്നതിനെക്കുറിച്ച് ആർക്കും ഒന്നും പറയാനില്ലായിരുന്നു. ബോധരഹിതനായ സഖാവിനെയും ചുമലിലേറ്റി ചെന്നു വീഴുന്നത് ആരുടെ വലയിലാവുമെന്ന് അവർക്കറിയാം. ഒരു ജീവൻ രക്ഷിക്കാനുള്ള വിഫലശ്രമത്തിനു കൊടുക്കേണ്ട വില എത്ര കനത്തതാവും.

ജനങ്ങളിൽനിന്ന് അകന്നുപോയ ഒരു പ്രസ്ഥാനത്തിന്റെ പരിമിതി അവർ അറിയുകയായിരുന്നു. മരണമല്ലാതെ പൗലോസിനു മറ്റൊരു രക്ഷാമാർഗ്ഗവുമില്ല. മരണം സഖാവിനോട് കനിഞ്ഞിരുന്നെങ്കിലെന്ന് അവർ ആശിച്ചു. ചുമലിൽ പിടിച്ചുയർത്തുമ്പോൾ കഴുത്ത് ഒരു ഭാഗത്തേക്ക് ഒടിഞ്ഞുപോകുന്ന മനുഷ്യനുവേണ്ടി മറ്റെന്ത് ആശിക്കാൻ.

"നമുക്ക് രാവിലെവരെ കാത്തുനോക്കാം. അതിനുശേഷം എന്തു വേണമെന്നു തീരുമാനിക്കാം."

അഭിമന്യു മൗനം മുറിച്ചു.

ആ രാത്രി ആരും ഉറങ്ങിയില്ല. ആ രാവ് അവർക്കേറ്റവും ക്രൂരമായി. കൂറ്റൻശില മുന്നോട്ടുതള്ളിനീക്കുന്നതുപോലെ ഓരോ നിമിഷവും കിതച്ചുനീങ്ങി. ഇടയ്ക്കൊക്കെ പൗലോസിന്റെ ഞരക്കം കേൾക്കും. അപ്പോഴൊക്കെ അവർ ഞെട്ടിത്തെറിക്കും.

കോട്ടയുടെ വിടവുകളിലൂടെ പ്രഭാതവെളിച്ചം വീണപ്പോൾ അവർ പൗലോസിനരികിലെത്തി. തലേദിവസത്തെ അതേ നാഡിമിടിപ്പുതന്നെ. തെല്ലും മാറ്റമില്ല. കവിയാണ് പൗലോസിനെ സ്പർശിച്ചത്.

''ഈ കിടപ്പ് എത്രദിവസം നീളുമെന്നറിയില്ല."

കവി പറഞ്ഞു.

അവർക്കു പ്രതീക്ഷ നശിച്ചിരുന്നു. ഇനി എന്തെങ്കിലുമൊരു തീരു

മാനമെടുക്കാതിരിക്കാനാവില്ലെന്ന് അവർക്ക് ബോധ്യമായി. ഇനി കാത്തിരിപ്പിൽ അർത്ഥമില്ല.

"നാം ഒരു തീരുമാനമെടുക്കണം."

അഭിമന്യു പറഞ്ഞു:

ആരും ഒന്നും മിണ്ടുന്നില്ലെന്ന് വന്നപ്പോൾ അഭിമന്യു സംസാരിച്ചു തുടങ്ങി: "നാം വികാരത്തെ മാറ്റിനിർത്തുകതന്നെ വേണം. പൗലോസ് നമ്മുടെ പ്രിയപ്പെട്ട സഖാവാണ്. പക്ഷേ, സഖാവിനെ ആശുപത്രിയിലെത്തിക്കാൻ നമുക്കാവില്ല. മരണം വരുന്നതും കാത്ത് എത്ര ദിവസമിരിക്കും. ഓരോ നിമിഷം കഴിയുന്തോറും ഈ താവളത്തിന്റെ സുരക്ഷിതത്വം നഷ്ടപ്പെടുകയാണ്. എത്രയുംവേഗം മറ്റൊരു താവളം തേടി നമുക്കിവിടം വിടണം. പക്ഷേ, നമ്മുടെ പ്രിയസഖാവിനെ എന്തു ചെയ്യും?"

ആർക്കും ഉത്തരമില്ലായിരുന്നു. സ്വന്തം നിസ്സഹായത ഓരോരുത്തർക്കുമറിയാം. സഖാവ് ഈവിധം നരകയാതന അനുഭവിക്കുന്നത് നോക്കിനിൽക്കാൻ വയ്യ. സഖാവിനോടുള്ള സ്നേഹം പ്രായോഗികമായ രക്ഷാമാർഗ്ഗത്തിലേക്ക് നയിക്കണം.

ആ മാർഗ്ഗം ഏതെന്ന് അവർ പരസ്പരം ചോദിച്ചു.

"ഒരു മാർഗ്ഗമേ എനിക്കു സ്വീകാര്യമായിത്തോന്നുന്നുള്ളൂ - ദയാവധം."

അഭിമന്യുവിന്റെ സ്വരം ദൃഢമായിരുന്നു. വാക്കുകൾ തരിപ്പായി, കടച്ചിലായി അവരിൽ പടർന്നുകയറി. അപ്പോൾ കവി ശാന്തനായി പറഞ്ഞു:

"മരണമാണ് മോക്ഷം. വികാരം വിചാരത്തിനു വഴിമാറിക്കൊടുത്തപ്പോൾ അഭിമന്യുവിന്റെ നിലപാടു ശരിയാണെന്നുതന്നെ ദത്തനും വിനയനും തോന്നി. പക്ഷേ, ഊർമ്മിളയ്ക്കതു സ്വീകാര്യമായില്ല. അവൾക്കു പറയണമെന്നുണ്ടായിരുന്നു.

ഞാൻ സ്ത്രീയാണ്. ഈ ബലി എനിക്ക് സ്വീകരിക്കാൻ വയ്യ. നിങ്ങൾ എല്ലാവരും ഇവിടംവിട്ടു പോയ്ക്കോളൂ. പൗലോസിനെ മരണം സ്വീകരിക്കുന്നതുവരെ ഞാൻ കാത്തിരിക്കാം.

പക്ഷേ, തന്റെ വാക്കുകൾക്കു പ്രസക്തിയില്ലെന്ന് ഊർമ്മിളയ്ക്കറിയാം. അവൾ മുഖം പൊത്തിയിരുന്നു.

ദയാവധം എങ്ങനെയാണെന്ന് ആലോചിച്ചു. അതിനും അഭിമന്യു ഉത്തരം കണ്ടെത്തി.

രണ്ടു വെടിയുണ്ട സഖാവിന്റെ നെഞ്ചിലേക്കു പായിക്കുക.

"ഭാതൃഹത്യക്ക് ആർക്കാണു ധൈര്യം?"

കവി ചോദിച്ചു.

"എനിക്ക്."

വിറയ്ക്കാത്ത സ്വരമായിരുന്നു അഭിമന്യുവിന്റേത്.

പിന്നെ അഭിമന്യു കാത്തുനിന്നില്ല. തോക്കു കൈയിലെടുത്തു.

"ഇതു കാണാൻ വയ്യാത്തവർക്ക് പുറംതിരിഞ്ഞുനിൽക്കാം."

പക്ഷേ, കവി മാത്രം പുറംതിരിഞ്ഞുനിന്നില്ല.

അഭിമന്യു തോക്ക് ഉന്നം പിടിച്ചു. ഒരു സൂചിമുഖിയുടെ നെഞ്ചിലേക്കെന്നപോലെ അഭിമന്യു നിറയൊഴിച്ചു. ആ നിമിഷം ഊർമ്മിളയ്ക്കുള്ളിൽ ഒരു മഹാവൃക്ഷം കടപുഴകി വീണു.

പൗലോസിൽനിന്ന് നേർത്ത ഞരക്കം മാത്രമേ ഉയർന്നുള്ളൂ. നിമിഷങ്ങളോളം അഭിമന്യു തലതാഴ്ത്തിനിന്നു. പിന്നെ മുഖമുയർത്തുമ്പോൾ കവിളിലൂടെ കണ്ണീർത്തുള്ളികൾ ഒലിച്ചിറങ്ങുന്നതു കണ്ടു. മഹാസ്തംഭത്തിന്റെ കണ്ണീരാണത്. ആ നിമിഷം അഭിമന്യുവിന്റെ കവിളിൽ ചുംബിക്കാനാണ് കവിക്ക് തോന്നിയത്.

പൗലോസിന്റെ ജഡം എന്തു ചെയ്യുമെന്നായിരുന്നു അടുത്ത പ്രശ്നം. ജഡത്തിനും അതിന്റെ താവളം വേണം. മണ്ണടരുകൾ മാറ്റാൻ പോന്ന ആയുധമൊന്നും അവരുടെ പക്കലില്ലായിരുന്നു.

ഒടുവിൽ അതിനും വഴി കണ്ടെത്തി.

ആഴമുള്ള കൊല്ലിയിലേക്ക് വലിച്ചെറിയുക.

അവർ ശവവാഹകരായി. വിനയനും കവിയും അഭിമന്യുവും ചേർന്നാണ് സഖാവിന്റെ ജഡം പൊക്കിയെടുത്തത്. നമ്രശിരസ്കരായി ദത്തനും ഊർമ്മിളയും അവരെ അനുഗമിച്ചു.

മുനമ്പിലെത്തിയതും ജഡം നിലത്തിറക്കിവെച്ചു. കവി മുനമ്പിനു താഴെയുള്ള അഗാധതയിലേക്കു നോക്കി. കാട്ടുവള്ളികൾ ആഴത്തിലേക്കുള്ള കാഴ്ച മറച്ചു. പ്രപഞ്ചം മുഴുവൻ വിഴുങ്ങാൻ തയ്യാറായി നിൽക്കുന്ന പച്ചമാത്രം. മഹാനിഗൂഢതയിൽനിന്നു നേർത്ത ജലമർമരം കേട്ടു.

"പോരാളിയുടെ ജഡം വിഴുങ്ങാൻ ഈ പച്ച മതി."

കവി പറഞ്ഞു.

അവർ ഒരിക്കൽക്കൂടി പൗലോസിന്റെ മുഖത്തു നോക്കി. യാത്രക്കാരന്റെ നീലമുഖം.

"പൗലോസ് അവന്റെ രണ്ടാം യാത്രയാരംഭിക്കട്ടെ."

അഭിമന്യു ആരോടെന്നില്ലാതെ പറഞ്ഞു.

ജഡം പൊക്കിയെടുത്തു പഴയ വസ്ത്രംകണക്കെ കൊല്ലിയിലേ ക്കെറിഞ്ഞു. പച്ചപ്രതലം രണ്ടായി പിളർന്നു. ആ പിളർപ്പിലൂടെ പൗലോസ് തന്റെ ആഴത്തിലേക്ക് പോയി.

ജലത്തിലേക്ക് നിപതിച്ച ഒച്ച ശരിക്കും കേട്ടപ്പോൾ കവിയുടെ മുഖം ജ്വലിച്ചു. ഊർദ്ധ്വബാഹുവായി കവി ആകാശത്തേക്കു നോക്കി. പ്രവാ ചകസ്വരം ഏതോ പ്രാചീനഗുഹയിൽനിന്നെന്നപോലെ പുറത്തുവന്നു:

ദൈവമേ!
നിലയ്ക്കാത്ത ആഴത്തിലേക്ക്
ഞാൻ മുങ്ങുകയാണല്ലോ.
എന്റെ ആത്മാവിലേക്ക്
വെള്ളം കയറുകയാണല്ലോ.
ഒരു പ്രളയം
എന്നെക്കടന്നു പോകുന്നുവല്ലോ.

അപ്പോൾ കവിക്ക് പിറകിൽനിന്നു തേങ്ങലുയർന്നു. അത് ഊർമ്മി ളയുടേതായിരുന്നു.

തേങ്ങലിനു മറുപടിയെന്നോണം കാടിന്റെ വിദൂരതയിലെങ്ങോ നിന്നു കാറ്റിന്റെ ആരവം കേട്ടു. അകലെ മരങ്ങൾ പ്രേതനൃത്തം ആരം ഭിച്ചു. അപ്പോൾ കൊടുങ്കാറ്റു പിറവികൊണ്ടു. അത് പടർന്നുപടർന്ന് അവർക്കരികിലെത്തി. കാറ്റ് അമ്മയുടെ നിലവിളിയായി.

കാടിന്റെ പച്ചപ്പരപ്പ് പേമാരിയിലെ കടൽപോലെ ആടിയുലഞ്ഞു. മുനമ്പിൽ കാലുറയ്ക്കാതെ വന്നു. ഒരായിരം കൈകൾ നീണ്ടുവന്നു കാടിന്റെ ഗർഭഗൃഹത്തിലേക്കു പിടിച്ചുവലിക്കുന്നതുപോലെ അവർക്കു തോന്നി. അവർ ഭയന്നുവിറച്ചു. എങ്ങനെയോ മുനമ്പിൽ നിന്നു രക്ഷ പ്പെട്ടു കോട്ടയുടെ ഇടനാഴിയിൽ അഭയം തേടുമ്പോൾ അവർ മരവി ച്ചിരുന്നു. അപ്പോഴും അദൃശ്യമായ കരങ്ങൾ നീണ്ടുവരുന്നതായി അവ രറിഞ്ഞു.

കാറ്റിന്റെ പേയ്നിലവിളിയും വൃക്ഷങ്ങളുടെ പ്രളയനൃത്തച്ചുവടു വെയ്പ്പും ജീർണ്ണിച്ച ചുവരുകൾ പിളർന്നെത്തി.

വൃക്ഷങ്ങൾ കടപുഴകുന്നതോടൊപ്പം കോട്ടയും എവിയൊക്കെയോ പൊളിഞ്ഞുവീഴുന്ന ഒച്ച അവർ കേട്ടു. മരത്തവളകളെപ്പോലെ അവർ ഇടനാഴിയുടെ മൂലകളിൽ പറ്റിച്ചേർന്നു.

കൊടുംശാപം കൊണ്ടെന്നപോലെ കാറ്റ് ആർത്തലച്ചു. മലയും കോട്ടയും ഈ ദിവസത്തെ അതിജീവിക്കില്ലെന്ന് അവർക്കു തോന്നി.

ഉച്ചയും സായന്തനവും അവരറിയാതെ കടന്നുപോയി.

രാവിന്റെ ഏതോ യാമത്തിൽ കൊടുങ്കാറ്റ് വെറും നിശ്വാസമായി അമർന്നൊതുങ്ങിയപ്പോൾ തന്റെ ഇരുൾമൂലയിലിരുന്ന് ദത്തൻ ആരോടെന്നില്ലാതെ പറഞ്ഞു: "എനിക്ക് മടങ്ങിപ്പോകണം. മറ്റൊരു കൊടുങ്കാറ്റിൽ കോട്ടയും ആലംബം നഷ്ടപ്പെട്ട മനുഷ്യരും ഈ ഭൂമിയിൽനിന്ന് അപ്രത്യക്ഷമാവുന്നതിനുമുമ്പ് പാപനാശിനി മുറിച്ചുകടന്ന് എനിക്ക് മടങ്ങിപ്പോകണം. ശിഖണ്ഡികൾ നൃത്തമാടുന്ന നഗരം ഒരു മനുഷ്യന് ജീവിതകാലം മുഴുവൻ ഒളിജീവിതം നയിക്കാൻ ധാരാളം മതി."

കൊടുംപനിക്കോളിലെന്നപോലെ ദത്തൻ പുലമ്പിക്കൊണ്ടിരുന്നു. അവന്റെ തലച്ചോറിൽ മറ്റൊരു കൊടുങ്കാറ്റ് ആരംഭിച്ചു.

ചിലപ്പോൾ കുമ്പസാരത്തിന്റെ
ചിലപ്പോൾ ആത്മാലാപത്തിന്റെ
ചിലപ്പോൾ പ്രതിഷേധത്തിന്റെ

ഓരോ യാമത്തിലും നിറംമാറ്റം സംഭവിച്ച് ദത്തന്റെ ജല്പനങ്ങൾ ഇരുട്ടിലേക്ക് ഒഴുകിപ്പോയി.

നീണ്ട കാത്തിരിപ്പിന്റെ അവസാനത്തിൽ കാടിന്റെ ആഴത്തിലെവിടെയോ നിന്ന് ഒരു കിളിയുടെ ഭൂപാളരാഗം തിരിച്ചറിഞ്ഞപ്പോൾ ദത്തൻ ഇരുട്ടിലൂടെ തപ്പിത്തടഞ്ഞ് കോട്ടയ്ക്കു വെളിയിലെത്തി. വെളിച്ചം തെളിയുന്നതേയുണ്ടായിരുന്നുള്ളൂ. എങ്ങും മൂടൽമഞ്ഞ് മാത്രം. കാട്ടിലേക്കുള്ള വഴികളൊന്നും വ്യക്തമല്ലായിരുന്നു. എന്നിട്ടും ദത്തൻ ഇറങ്ങിനടന്നു.

കോട്ടമുറ്റം പച്ചിലയും ചുള്ളിക്കമ്പും വീണു കനത്തിരുന്നു. അതിലേക്ക് കാലാഴ്ന്നു പോകുമ്പോൾ ദത്തൻ അനിർവചനീയമായ സുഖം അനുഭവിച്ചു.

കോട്ടമുറ്റം കുറുകെ കടന്ന്, നേർത്ത വെളിച്ചത്തിൽ തെളിയുന്ന കല്പടവുകൾക്കരികിലെത്തുമ്പോൾ ദത്തൻ തിരിഞ്ഞുനോക്കി:

"ഇതാ ഒരു താവളംകൂടി വിട്ടു ഞാൻ കാട്ടിലേക്കിറങ്ങുന്നു."

പത്ത്

കൊടും ഇരുട്ടു പിന്നിടാൻ മൂന്നു ദിവസമെടുത്തു. വെളിച്ചത്തിൽ കണ്ട യാഥാർത്ഥ്യം അവരുടെ ബോധത്തിൽ ചമ്മട്ടിയായി വീണുകൊണ്ടിരുന്നു.

കാടിന്റെ പച്ചയിലേക്കെറിഞ്ഞ ശവവും യാമങ്ങൾ നീണ്ടുനിന്ന കൊടുങ്കാറ്റും താവളം ഉപേക്ഷിച്ചുപോയ ദത്തനും ഒക്കെ കിനാവുകളായിരുന്നില്ലെന്നു വിശ്വസിക്കാൻ അവർ പാടുപെട്ടു.

ഒരു മഹാവൃക്ഷം ശാഖകൾ ഓരോന്നായി അറ്റ് ഏകാന്തതയിൽ അകപ്പെടുന്നതിനെക്കുറിച്ചാണ് അഭിമന്യു ചിന്തിച്ചത്. ഇരുപത്തിയേഴാം ഡിവിഷനിൽനിന്ന് ആക്ഷന് അവസാനരൂപം നൽകുമ്പോൾ ഏത്ര പേരുടെ പിൻബലമുണ്ടായിരുന്നു? പകുതിയും ആക്ഷനു മുമ്പേ പിരിഞ്ഞുപോയവർ. വിപ്ലവത്തിന്റെ പാത ഭീരുക്കൾക്കുള്ളതല്ലെന്നു ഒരായിരം തവണ ഉരുവിട്ടു പോന്നത് സഖാക്കളെ സാന്ത്വനിപ്പിക്കാനായിരുന്നു. ഇനി മുതൽ അതിന്റെ ആവശ്യമില്ല.

“വിത്തിൽനിന്ന് മുളയായി, തണ്ടായി, ശാഖോപശാഖകളായി മഹാവൃക്ഷമാകുന്നതുപോലെ അനിവാര്യമാണ് അതിന്റെ ഭൗതികശരീരം മണ്ണിലേക്കു തിരിച്ചുപോകുകയെന്നുള്ളത്. കുടഞ്ഞിടാൻ വിത്തുപോലും ഇല്ലാതെ വന്നാൽ കാലാന്തരത്തിൽ ആ വൃക്ഷം ചരിത്ര സ്മൃതി മാത്രമായിത്തീരും.”

വെളിപാടിന്റേതായ ഒരു പ്രഭാതത്തിൽ കവി പറഞ്ഞു.

അഭിമന്യുവിന് മറുവചനമുണ്ടായിരുന്നു.

“മനുഷ്യന്റെ ഇച്ഛാശക്തിയാണ് അവനെ നിലനിർത്തുന്നത്. എല്ലാ പതനങ്ങളിൽനിന്നും നിവർന്നെഴുന്നേൽക്കാൻ കഴിയുന്നതും അതുകൊണ്ടുതന്നെ. കലാപകാരികളുടെ ജന്മം ഫോസിലായിത്തീർന്നുകൂടാ. വിത്തുകൾ കുടഞ്ഞിടാൻ നനവുള്ള മസ്തിഷ്കങ്ങളാണില്ലാത്ത

ത്. പാപനാശിനി മുറിച്ചുകടന്ന് തിരിച്ചുപോകാൻ എളുപ്പമാണ്. ചെന്നെത്തുന്നത് തടവറയിലായിരിക്കും. മരണംവരെ വെളിച്ചം നിഷേധിക്കപ്പെടുന്നത് എത്ര ഭീകരമാണ്. കാട്ടിൽ മനുഷ്യരുടെ താവളം കണ്ടെത്താതെ ഇനി യാത്ര തുടരാൻ പറ്റില്ല."

അവസാനത്തെ ചെറുത്തുനില്പിന്റെ അനിവാര്യത ബോദ്ധ്യപ്പെടുത്താൻ അഭിമന്യുവിന് കഴിഞ്ഞു. പിറകിലുള്ള ഭയാനകമായ പിളർപ്പുകളെക്കുറിച്ചുള്ള അറിവ് അവർക്കുണ്ടായിരുന്നു.

ഗൗരവമാർന്ന ചില ചർച്ചകളുടെ അവസാനം. ആദിവാസികളുടെ താവളം തേടി യാത്ര പുറപ്പെടാൻ അവർ തീരുമാനിച്ചു. അഭിമന്യുവും വിനയനും ആ നിയോഗം ഏറ്റെടുത്തു. ഊർമ്മിളയും കവിയും കോട്ടയിൽ നിൽക്കാമെന്നേറ്റു.

പിറ്റേന്നു പ്രഭാതത്തിൽ തോക്കുധാരിയായ അഭിമന്യുവും പിറകെ വിനയനും കാട്ടിലേക്കിറങ്ങി. കൂടാരങ്ങൾപോലെ എന്തോ ദൃശ്യമായ ദിക്കിലേക്ക് അവർ യാത്രയായി.

വെളിച്ചം ചോരാത്ത കാട്ടിലൂടെ തുഴഞ്ഞുതുഴഞ്ഞ് അവർ ചെന്നെത്തിയത് പുൽപ്പരപ്പിന്റെ വിശാലതയിലാണ്. പുൽപ്പരപ്പിനപ്പുറം, കുറ്റിച്ചെടികളുടെ വരൾച്ചയ്ക്കപ്പുറം ആദിവാസികളുടെ കൂടാരങ്ങൾ അസ്പഷ്ടമായിത്തെളിഞ്ഞു. ഒറ്റയടിപ്പാതയുടെ ഏകാന്തതയിലുടെ അവരുടെ വഴി നീണ്ടുകിടന്നു.

പുൽപ്പരപ്പിലെ കൊച്ചു തടാകത്തിൽനിന്നു ജലം കോരിക്കുടിച്ച് അവർ വിശ്രമിക്കാനിരുന്നു.

വിദൂരതയിലെ കൂടാരങ്ങളിലേക്കാണ് അവർ എപ്പോഴും ഉറ്റുനോക്കിക്കൊണ്ടിരിക്കുന്നത്.

ഒട്ടകം നഷ്ടപ്പെട്ടവന്റെ മരുപ്പച്ച.

കപ്പൽച്ചേതം സംഭവിച്ചവന്റെ ദ്വീപ്.

വിങ്ങിനിറയുന്ന ആഹ്ലാദത്താൽ അവർക്ക് സംസാരിക്കാൻ കഴിഞ്ഞില്ല. ക്ഷീണം തീർത്ത് അവർ യാത്ര തുടർന്നു. കുറ്റിച്ചെടികൾ നിറഞ്ഞ പ്രദേശം അല്പം ഉയർന്നതായിരുന്നു. വെയിലിൽനിന്നു രക്ഷപ്പെടാൻ തണൽമരം പോലുമില്ലായിരുന്നു. കുറ്റിച്ചെടികളുടെ നരച്ച പച്ച മാത്രം.

കല്ലുകൾ നിറഞ്ഞ വഴിയിലൂടെ നടന്നു കയറുമ്പോൾ ഒരുകൂട്ടം മയിലുകൾ പേടിച്ചോടി. അൽപം ദൂരെനിന്ന് അവ ഭീതിയോടെ നോക്കി.

കൊച്ചുകുട്ടിയെപ്പോലെ മയിലുകളെ നോക്കി വിനയൻ വഴിയോരത്തു നിന്നു. അഭിമന്യു നടന്നുപോയത് വിനയനറിഞ്ഞില്ല. ഒരു കയറ്റം

കഴിഞ്ഞ് അഭിമന്യു കൈകൊട്ടി വിളിച്ചപ്പോഴാണ് വിനയൻ മയിലുകളെ വിട്ട് യാത്ര തിരിച്ചത്.

"എവിടെയെങ്കിലും കാർമേഘം പ്രത്യക്ഷപ്പെട്ടാൽ മതി, അവ പീലിവിടർത്തി നൃത്തം ചെയ്യാൻ തുടങ്ങും."

വിനയൻ ആരോടെന്നില്ലാതെ പറഞ്ഞു.

ആദിവാസിക്കുടിലുകളുടെ പരിധിയിലെത്തുമ്പോൾ കാലിമേക്കുന്ന രണ്ടു കുട്ടികൾ ഭയന്നോടി. കന്നുകാലികൾ അപരിചിതരെ തുറിച്ചു നോക്കി നിന്നു. പിന്നെ അവയും കുറ്റിച്ചെടികൾക്കിടയിലൂടെ മണ്ണു പറത്തി ഓടാൻ തുടങ്ങി.

കുടിലുകൾക്കടുത്തെത്തുമ്പോൾ ആദിവാസിക്കുട്ടികൾ അവരുടെ പ്രാകൃതഭാഷയിൽ എന്തൊക്കെയോ വിളിച്ചു പറഞ്ഞുകൊണ്ടിരുന്നു.

അഭിമന്യുവും വിനയനും വീടുകളുടെ മുറ്റത്തെത്തി. മുതിർന്നവർ പകച്ചുനിന്നു. അഭിമന്യുവിന്റെ ചുമലിൽ തൂങ്ങിയാടുന്ന തോക്കിലേക്ക് നോട്ടംചെന്നുവീണതും അവർ കുടിലുകളിലേക്ക് ഓടിയൊളിച്ചു.

ഒഴിഞ്ഞ മുറ്റത്ത് അഭിമന്യുവും വിനയനും നിന്നു. അവർക്കു മനസ്സിലാവാത്ത വാക്കുകൾ കുടിലിനകത്തുനിന്നു തെറിച്ചുവീണു. ചോദ്യങ്ങൾക്ക് ഉത്തരമായി ലഭിച്ചതും ആ വാക്കുകൾ തന്നെ.

"ആംഗ്യം കാണിച്ചാൽ ഒരുപക്ഷേ, അവർക്ക് കാര്യങ്ങൾ മനസ്സിലായെന്നുവരും. ആരും പുറത്തിറങ്ങാതെ അതും വയ്യ."

"ഇനി നാം എന്തുചെയ്യും സഖാവേ?"

വിനയൻ ചോദിച്ചു.

ഭാഷ മനുഷ്യർക്കിടയിൽ മതിലായിത്തീരുകയില്ലെന്നു വിശ്വസിച്ചവനാണ് അഭിമന്യു. ഇത്തരം ഒരനുഭവം ആദ്യമായിരുന്നു. ഇനി ഭാഷയുടെ കനത്ത മതിൽ പൊളിച്ച് ആദിവാസികളിലേക്ക് നടന്നുചെല്ലാനുള്ള കർമ്മം ഏതെന്നു മനസ്സിലാവാതെ അഭിമന്യു നിന്നു.

മലമുകളിൽനിന്ന് വർഷത്തിലൊരിക്കൽമാത്രം ഇറങ്ങിവരുന്ന ദൈവങ്ങളുണ്ട്. ദൈവങ്ങളുടെ ഭാഷയ്ക്ക് ആദിവാസികളുടെ സങ്കല്പനങ്ങളിൽ പുതിയ മാനം കിട്ടുന്നു. തങ്ങളുടേതല്ലാത്ത ഓരോ വാക്കിനും അവർ അവരുടേതായ അർത്ഥം കണ്ടെത്തുന്നു. ആദിവാസികൾ അപ്പോൾ ദൈവത്തിന്റെ കാൽക്കൽ വീഴുന്നു. ഇവിടെ ആദിവാസികൾ ദൈവങ്ങളായിപ്പോലും തിരിച്ചറിയാത്തതെന്ത്?

ദൈവങ്ങളുടെ വേഷം ഇതൊന്നുമാവില്ലെന്നറിയുന്നതുകൊണ്ടോ? തോക്കും ഒരു പ്രശ്നമാവാം. അത് ദൈവത്തിന്റെ ആയുധമല്ലല്ലോ. ഇനി വേഷപ്പകർച്ച വയ്യ.

"കാട്ടുദൈവങ്ങളുടെ വേഷം ധരിച്ച് നമുക്കു വരാനാവില്ല."

അഭിമന്യുവിന്റെ സ്വരത്തിൽ ധാർഷ്ട്യം നിറഞ്ഞിരുന്നു. വിനയനു കാര്യം മനസ്സിലായില്ല.

''ഇനി എന്താണ് നാം ചെയ്യുക? മടങ്ങിപ്പോകുകയോ?"

വിനയൻ ചോദിച്ചു.

കുടിലിൽനിന്ന് ആരെങ്കിലും പുറത്തിറങ്ങിയെങ്കിൽ എന്ന് അഭിമന്യു ആശിച്ചു. അർത്ഥമറിയാത്ത വാക്കുകൾ പരസ്പരം സ്നേഹവചനമായിത്തീരുന്നതും പ്രതീക്ഷിച്ച് അവർ കാത്തുനിന്നു.

കാത്തുനില്പ് വെറുതെയായി. ആരും പുറത്തുവന്നില്ല.

"നമുക്ക് കുടിലിലേക്ക് കയറിച്ചെന്നാലോ?"

സാഹസികന്റെ ചോദ്യമായിരുന്നു വിനയന്റേത്.

വേണ്ട. അത് അപകടമാണ്. ഭയം ആക്രമണത്തിന്റെ രൂപംകൊണ്ടാൽ കാട്ടിലെ നിലനില്പുതന്നെ ചോദ്യം ചെയ്യപ്പെടും. തൽക്കാലം മടങ്ങിപ്പോകുന്നതാണ് നല്ലത്."

വിനയന്റെ സാഹസം അഭിമന്യുവിന് സ്വീകാര്യമായില്ല.

അവർ തിരിച്ചു നടന്നു. കുറ്റിക്കാടും പുൽപ്പരപ്പും മുറിച്ചുകടന്ന് കാട്ടിലേക്കിറങ്ങുമ്പോൾ അവർ തിരിഞ്ഞുനോക്കി. അപ്പോഴും ആദിവാസികളാരും കുടിലുകൾക്ക് വെളിയിലെത്തിയിരുന്നില്ല.

സ്നേഹത്തിന്റെയും കാരുണ്യത്തിന്റെയും വഴികളാണ് വിപ്ലവകാരികളുടേത്. എന്നിട്ടും ആദിവാസികൾ ഭയന്നതെന്തേ?

എവിടെയോ പിഴവു പറ്റിയെന്ന് ബോധ്യപ്പെടുമ്പോൾ അഭിമന്യു തളർന്നു.

വിപ്ലവകാരികളെ ജനങ്ങൾ ഭയന്നാൽ കലാപത്തിന്റെ പ്രസക്തി നഷ്ടപ്പെടുന്നു. മനുഷ്യനിലേക്കുള്ള വാതിലുകൾ കൊട്ടിയടയ്ക്കപ്പെടുമ്പോൾ യാത്ര അവസാനിക്കുകയാണ്.

ആകെ തളർന്നുപോയത് വിനയനാണ്. പൊടുന്നനെ തെളിയുകയും പിന്നെ മറയുകയും ചെയ്ത വെളിച്ചം വിനയനെ അന്ധനാക്കി. താവളത്തിലേക്കുള്ള വഴി ചുരുങ്ങുന്നതുപോലെ വിനയന് തോന്നി.

യാത്രയുടെ തളർച്ചയുമായി അവർ കോട്ടയിലെത്തുമ്പോൾ മുറ്റത്ത് നിസ്സംഗനായി കവി നിൽപുണ്ടായിരുന്നു. വിളർത്ത മുഖവുമായി അവരെത്തുമ്പോൾ കവി ചോദിച്ചു.

"യാത്ര വെറുതെയായി, അല്ലേ?"

"മനുഷ്യരെ കണ്ടു. അവരുടെ ഭാഷ നമുക്കു മനസ്സിലാവില്ല. നമ്മുടെ ഭാഷ അവർക്കും. വഴിയടഞ്ഞപ്പോൾ തിരിച്ചുപോന്നു."

പരാജയത്തിന്റെയോ കീഴടങ്ങലിന്റെയോ സ്വരമായിരുന്നു അഭിമന്യുവിന്റേത്.

കവിക്ക് ഉറക്കെ ചിരിക്കാനാണ് തോന്നിയത്. മനുഷ്യന് പരസ്പരം സംവദിക്കാവുന്ന ഒരു ഭാഷയുണ്ട്. അത് മറന്നുപോയവരെ കാണുമ്പോൾ മനുഷ്യർ ഭയപ്പെടുന്നു. വിപ്ലവകാരികൾ ഈ ഭാഷയറിയാതെ മടങ്ങിവരുമ്പോൾ ഹാസ്യനാടകംപോലെ അന്വേഷണം അവസാനിക്കുന്നു.

വിഷാദത്തോടെ തലകുനിച്ചുനിൽക്കുന്നവരെ കണ്ടപ്പോൾ കവിക്കു ചിരിവന്നില്ല. കവി പിതാവായി. പിതാവിനു മുമ്പിൽ കരയുന്ന കുട്ടികൾ.

കവി പറഞ്ഞു:

“ആരെയാണ് നിങ്ങൾ കുറ്റപ്പെടുത്തുന്നത്? കരിമ്പുലികൾക്കുനേരെ കുന്തമോങ്ങുന്ന കൈകൊണ്ട് മുയലുകളെ താലോലിക്കാനറിയാവുന്നവരാണ് ആദിവാസികൾ. എന്നിട്ടും അവർ ഭയന്നോടുമ്പോൾ പിഴച്ചുപോകുന്നത് നമ്മുടെ കർമ്മമാണ്. മനുഷ്യനുമായി ബന്ധപ്പെടുത്തുന്ന എന്തോ ഒന്ന് നമുക്കു നഷ്ടപ്പെട്ടിരിക്കുന്നു. അതു സമ്മതിക്കാതെ വയ്യ. ഇല്ലെങ്കിൽ മനുഷ്യരെത്തേടി നടന്നിട്ടു പ്രയോജനമില്ല. രൂപാന്തരത്വം സംഭവിച്ച് അനാഥമായ കോട്ടയുടെ കാവൽക്കാരായി തീരേണ്ടിവരും.”

അഭിമന്യു മറുപടി പറഞ്ഞില്ല. കലാപത്തിനു പുറപ്പെടുന്നതിനു മുമ്പ് പഠിക്കാതെ പോയ ഭാഷയെക്കുറിച്ചോർത്തു വ്യാകുലപ്പെട്ട് അഭിമന്യു കാടിനുനേരെ തിരിഞ്ഞുനടന്നു.

പതിനൊന്ന്

അഭിമന്യുവിന്റെ നേതൃത്വത്തിൽ നടന്ന ആക്ഷൻ യഥാർത്ഥ സാഹചര്യങ്ങൾ മനസ്സിലാക്കാതെ സംഭവിച്ച പാളിച്ചയായിരുന്നുവെന്ന് നേതൃത്വം വിലയിരുത്തി. പാർട്ടി ഇതുവരെ അവലംബിച്ചുപോന്ന നയം തെറ്റായിരുന്നുവെന്നും.

റേഡിയോവിൽനിന്ന് ആ വാർത്ത അറിഞ്ഞതോടെ അവരുടെ പതനം പൂർത്തിയായി. ഇനി ആരെയും പ്രതീക്ഷിക്കേണ്ടതില്ലെന്ന് അഭിമന്യുവിനും ബോദ്ധ്യംവന്നു. ഉദയപുരത്തെ സഖാക്കൾ വന്നെത്തില്ലെന്നും.

“ഒരുസംഘം അനാഥക്കുട്ടികളായിത്തീർന്നിരിക്കുന്നു നമ്മൾ.'

കവി പറഞ്ഞു.

മത്സ്യത്തിന്റെ അവസാനത്തെ പിടച്ചിലാണിതെന്ന് വിനയനു തോന്നി. ഒരുതുള്ളി ജലംപോലും മഹാസാഗരമായിത്തീർന്നേക്കും. പക്ഷേ, ഗ്രീഷ്മത്തിൽ വിണ്ടുപിളർന്ന ഭൂതലത്തിൽ നീരുറവ പൊടിയുന്നതെങ്ങിനെ?

പരസ്പരം സംവദിക്കാനാവാത്ത ഭാഷയുടെ ദുരൂഹതയുമായി ആദിവാസികളുടെ സങ്കേതത്തിൽനിന്നു തിരിച്ചുവന്നപ്പോൾ മുതൽ വിനയന്റെ മസ്തിഷ്കത്തിൽ പിളർപ്പുകൾ രൂപംകൊണ്ടു തുടങ്ങിയിരുന്നു.

എല്ലാ ദുശ്ശകുനങ്ങളും യാഥാർത്ഥ്യമാവുകയാണെന്ന് ഭീതിയോടെ വിനയനറിഞ്ഞു. അജ്ഞാതമായ ദംഷ്ട്രകളിൽ കൊരുക്കപ്പെട്ട് എവിടേക്കോ ഉയർന്നുപോകുന്ന വിഭ്രാന്തിയുടെ പിടച്ചിലിൽ വിനയൻ അഭിമന്യുവിനോട് പറഞ്ഞു;

“സഖാവ് തന്നെ ഒരു തീരുമാനമെടുക്കണം. പ്രത്യയശാസ്ത്രത്തിന്റെ തകർന്നുവീണ ഗോപുരത്തിനടിയിലാണ് നമ്മൾ. വിശ്വാസവും കർമ്മവും രണ്ടായി വെട്ടിമാറ്റാതെ ഇനി നമുക്കു രക്ഷപ്പെടാനാവില്ല.”

വിനയന്റെ വാക്കുകൾ കവിയെ അസ്വസ്ഥനാക്കി. വാരിക്കുഴിയിൽ വീണുപോയവർ പരസ്പരം മാന്തിക്കീറിയിട്ടെന്ത്? അഭിമന്യുവിന്റെ നിസ്സഹായത കവിക്കു മനസ്സിലാകുമായിരുന്നു. വരണ്ട പുറംതോടിനുള്ളിൽ കാരുണ്യത്തിന്റെ ഉറവ കവി സ്പർശിച്ചറിഞ്ഞതാണ്. വിപ്ലവകാരിയുടെ മനസ്സ് ബ്രഹ്മചാരിയോളം ഉയർത്തിക്കൊണ്ടു പോവുകയും ആഴങ്ങൾക്കിടയിലെ ഋജുരേഖയിലൂടെ നിലതെറ്റാതെ നടക്കുകയും ചെയ്യുന്നവനാണ് അഭിമന്യു. അവസാനത്തെ പതനത്തിൽനിന്നുപോലും അഭിമന്യു നിവർന്നെഴുന്നേൽക്കുമെന്ന് കവിക്കറിയാം.

"എല്ലാം കൂട്ടായ ഉത്തരവാദിത്തമാണ്. തിരഞ്ഞെടുപ്പിന്റെ കനത്ത ഭാരം ഒരു സഖാവിന്റെ ശിരസ്സിൽ കയറ്റി വയ്ക്കരുത്."

കവി പറഞ്ഞു.

"തീരുമാനമെടുക്കാൻ എനിക്കല്പം സമയം തരൂ. ബലിപ്പുരയിലേക്കുള്ള പാതയിലാണ് നമ്മൾ."

അഭിമന്യുവിന്റെ വാക്കുകളിൽ തളർച്ചയുണ്ടായിരുന്നു.

ഊർമ്മിളയ്ക്കും വിനയന്റെ ആശയഗതികളോട് അടുപ്പം തോന്നിത്തുടങ്ങിയിരുന്നു. അവൾ മനസ്സിൽ സൂക്ഷിച്ച ദാരുശില്പങ്ങൾ ചിതലെടുക്കുകയാണ്. എന്തൊക്കെയോ പറയണമെന്നുണ്ടായിരുന്നു ഊർമ്മിളയ്ക്ക്. പക്ഷേ, കൂട്ടായ ചർച്ചകളിലൊന്നും സജീവമായി പങ്കുചേരാതിരുന്നതുകൊണ്ട് ഇത്തവണയും ഊർമ്മിള മൗനം പൂണ്ടു.

അഭിമന്യു എഴുന്നേറ്റ് പോയപ്പോൾ എന്തെങ്കിലും തീരുമാനമുണ്ടായേക്കുമെന്ന് ഊർമ്മിള പ്രതീക്ഷിച്ചു.

കോട്ടമുറ്റം കുറുകെ കടന്ന് അഭിമന്യു കാട്ടിലേക്കിറങ്ങി. തലച്ചോറിൽ കൊടുങ്കാറ്റ് ഉയരുകയായിരുന്നു. ഏകാന്തമായ ഒരിടം വേണമായിരുന്നു അഭിമന്യുവിന്. കാട്ടിലൂടെ നടന്ന് അഭിമന്യു പുൽപ്പരപ്പിലെത്തി. പുല്ലിന്റെ പച്ചക്കിടക്കയിലേക്ക് വെടിയേറ്റ യോദ്ധാവിനെപ്പോലെ അഭിമന്യു മറിഞ്ഞുവീണു.

കാടിനുമീതെ പറന്നുപോകുന്ന ഒരുകൂട്ടം പക്ഷികളുടെ നിലവിളിയുയർന്നപ്പോൾ അഭിമന്യു മലർന്നുകിടന്നു. പുൽപ്പരപ്പിന്റെ അർദ്ധവൃത്തത്തിൽ മതിൽപോലെ നിൽക്കുന്ന വൃക്ഷങ്ങളിൽനിന്ന് ആകാശത്തിന്റെ നീലവിതാനത്തിലേക്ക് നോട്ടം ചെന്നുപതിച്ചതും ഈ ലോകത്ത് താൻ ഏകനാണെന്ന് അഭിമന്യുവിന് തോന്നി. ജീവിതത്തിലൊരിക്കലും തോന്നാത്തതാണിത്. ഒരു അനാഥനായി ജനിച്ചിട്ടും ജീവിതത്തിൽ ഒറ്റപ്പെടലേ ഉണ്ടായിട്ടില്ല.

ആകാശച്ചെരിവിൽനിന്ന് മുൾമരങ്ങളിലേക്കുതന്നെ നോട്ടം ഊർന്നി

റങ്ങിയപ്പോൾ ഒരു മുൾമരം കുലുങ്ങിച്ചിരിച്ചുകൊണ്ട് ചോദിച്ചു:

“എത്ര പുസ്തകങ്ങൾകൊണ്ടു പാലം തീർത്താണ് നീ ഇരുപത്തിയേഴാം ഡിവിഷനിലെത്തിയത്?”

പൊടുന്നനെ സ്മൃതിയിൽനിന്ന് വെള്ളിനാരുകൾ ഇറങ്ങിവന്നു. അതിൽ പുസ്തകങ്ങളൊന്നും കുരുങ്ങിക്കിടക്കുന്നില്ലായിരുന്നു. പീഡിതരായ മനുഷ്യർ മാത്രം പുംനരകത്തിലെ പിതൃക്കളെപ്പോലെ തൂങ്ങിക്കിടന്നു.

ഇരുപത്തിയേഴാം ഡിവിഷനിലേക്കുള്ള പാലം പുസ്തകങ്ങളായിരുന്നില്ല. ഭാരം താങ്ങി കുനിഞ്ഞുപോയ ഡിവിഷന്റെ താവളത്തിൽ വെച്ചാണ് ഞാൻ ചുവന്ന പുസ്തകങ്ങളെ അറിഞ്ഞത്.

ഓർമ്മകളുടെ തള്ളിക്കയറ്റം പിന്നെയും.

മഴയിൽ കുതിർന്ന് വല്ലാത്ത ദുർഗന്ധവുമായി ശാന്തിനഗരത്തിലെ ചേരി ഉയർന്നുവന്നു. അലച്ചിൽ തീർത്ത വിശപ്പും തളർച്ചയുമായി അവിടെയെത്തിയ കുട്ടിക്ക് തന്നെക്കുറിച്ച് ഒന്നും അറിയില്ലായിരുന്നു. പേര് അഭിമന്യുവാണ് എന്നല്ലാതെ. ചേരിയിലെ ഒറ്റക്കാലനാണ് കുട്ടിയെ ദത്തെടുത്തത്. നാറുന്ന ഓടയ്ക്കരികിലെ പനമ്പുതട്ടികകൊണ്ട് മറച്ച കുടിലിനുമ്മറത്തിരുന്നുകൊണ്ട് മനുഷ്യപീഡനങ്ങളുടെ ഘോഷയാത്ര കുട്ടി കണ്ടു.

ചേരിക്കപ്പുറം റെയിൽവെ സ്റ്റേഷനായിരുന്നു. ചരക്കുവണ്ടികളിൽനിന്ന് കനത്ത ഭാരം ചുമലിലേറ്റി നട്ടെല്ലു വളഞ്ഞുപോയ ഒരു മനുഷ്യൻ എന്നും കുടിലിന്റെ മുമ്പിലൂടെ കടന്നുപോകുമായിരുന്നു. ആ മനുഷ്യന്റെ ചുമലിൽ കേറിയാണ് പിന്നെ കുട്ടി പലപ്പോഴും ലോകം കാണാനിറങ്ങിയത്. ആ ചുമൽ കറുത്ത പാറകൾ നിറഞ്ഞ പ്രതലമായിരുന്നു. ഓരോ തവണ ആ ചുമലിൽ കേറിയിരുന്നപ്പോഴും കുട്ടി പാവപ്പെട്ടവരുടെ ദുരിതം അറിഞ്ഞു. ഇരുപത്തിയേഴാം ഡിവിഷനിലേക്കുള്ള ആദ്യത്തെ പടവ് അതായിരുന്നു.

വിരലുകൾ അറ്റുപോയ കൈപ്പത്തികൾ.

ചുമച്ച് ചുമച്ച് വറ്റിപ്പോയ നെഞ്ചുകൾ.

കരഞ്ഞോടുന്ന ജാരസന്തതികളുടെ ഉന്തിയ വയറ്.

പടവുകൾ ഓരോന്നായി വെളിവായിക്കൊണ്ടിരുന്നു. അറിവുവെച്ചപ്പോൾ ആ പടവുകളുടെ അറ്റത്തുനിന്ന് ഇരുപത്തിയേഴാം ഡിവിഷനിലേക്കൊരു പാലവും.

പിന്നിട്ട ഓരോ സത്രത്തിലും മനുഷ്യന്റെ സാന്ത്വനം മാത്രമേ ഉണ്ടായിരുന്നുള്ളുവെന്ന് അഭിമന്യു ഓർക്കുന്നു. ഇരുപത്തിയേഴാം ഡിവി

ഷനിൽ എത്തിപ്പെട്ടതും മോചനത്തിലേക്കുള്ള പാത നിഗൂഢമാണെന്നറിവായി. കഴുകൻ കണ്ണുകൾ പിന്തുടരാൻ തുടങ്ങിയപ്പോൾ പകൽവെളിച്ചത്തിലെ സഞ്ചാരവും ഉപേക്ഷിക്കേണ്ടിവന്നു. തനിക്ക് ചോറും വിളമ്പിവെച്ച് രാവിന്റെ അന്ത്യയാമംവരെ വാതിൽക്കൽ മുട്ടുകേൾക്കുന്നതും കാത്തിരുന്ന എത്ര അമ്മമാർ. ചിമ്മിനിവിളക്കിന്റെ മഞ്ഞപ്രകാശത്തിലിരുന്ന് ചോറ് വാരിവലിച്ചുണ്ണുമ്പോൾ വാർദ്ധക്യത്തിന്റെ പരുപരുത്ത വിരലുകൾ മുടിയിഴകളിലൂടെ അരിച്ചുനടക്കുമായിരുന്നു. ശിരസ്സിൽ വീഴുന്ന കണ്ണുനീർ തലയോട്ടിയിലേക്കിറങ്ങി തണുപ്പാവുമ്പോൾ മുഖമുയർത്തും. കണ്ണുനീർ ചോറിലേക്ക് വീഴുകയും ചെയ്യും. അന്വേഷണത്തിന്റെ അവസാനം കുങ്കുമവും കരവാളും നൽകി അവർ യാത്രയയയ്ക്കുമ്പോഴും കണ്ണുനീരിന്റെ ഉപ്പായിരുന്നു കരുത്ത്. ഇനി?

ജീവിതത്തിലാദ്യമായി മനുഷ്യന്റെ പരിമിതികളെക്കുറിച്ച് അറിവുണ്ടാവുമ്പോൾ ആകാശത്തിന്റെ സാന്ദ്രത ഏറിവന്ന് അതിന്റെ നീലപ്പരപ്പിലേക്ക് വലിച്ചാഴ്ത്തുന്നതുപോലെ തോന്നി. കാഴ്ചയിൽ എങ്ങും തെളിയുന്നത് നീലനിറം മാത്രം. മൂർത്തമായ ഒരു രൂപവും പിറക്കുന്നില്ല. അതിന്റെ കനത്ത ഏകാന്തത സന്ത്രാസമായപ്പോൾ അഭിമന്യു പച്ചപ്പുല്ലിൽ മുഖമമർത്തി. നിർണ്ണായകമായ തിരഞ്ഞെടുപ്പിന്റെ അനിവാര്യത അഭിമന്യുവിനറിയാം.

"കയറുപൊട്ടിയ പട്ടത്തിന്റെ ദിശ ഏതാണ്?" അഭിമന്യു സ്വയം ചോദിച്ചു.

ഓരോ വഴിത്തിരിവിലുംവെച്ച് പിൻവാങ്ങിയവരെപ്പറ്റി ചിന്തിച്ചപ്പോഴൊക്കെ വ്യാകുലത തോന്നിയിരുന്നില്ല. കലാപത്തിന്റെ ഘട്ടങ്ങളിൽ പെറ്റി ബൂർഷ്വ അവന്റെ വർഗ്ഗസ്വഭാവം കാണിക്കുമെന്നു പഠിച്ചുകഴിഞ്ഞപ്പോഴാണ് ഓരോ സഖാവും തനിനിറം കാണിച്ചുതുടങ്ങുക. ചരിത്രത്തിന്റെ തരിശുനിലങ്ങൾ ഹരിതമാക്കുന്നവനാണ് വിപ്ലവകാരി.

ഭൂതകാലം തെറ്റായിരുന്നുവെന്ന് വിധിയെഴുതാൻ എളുപ്പമാണ്. ലക്ഷ്യത്തിലെത്താതെ തിരിച്ചുവരുന്ന അമ്പുകൾ ആരുടെ നെഞ്ചിലേക്ക് ഏറ്റുവാങ്ങും? തകർന്നുവീണ പ്രതിമയ്ക്കൊപ്പം ഗാർഡിന്റെ ജീവിതം തോക്കിനിരയായതാണ്. ഹിംസാത്മകമായ വഴി തെറ്റാണെന്നു സമ്മതിച്ച് പാപനാശിനി കടന്നു തിരിച്ചു പോയാൽ കൊലയാളികൾക്കു വേണ്ടി തടവറയുടെ വാതിലായിരിക്കും തുറന്നുകിടക്കുക. തെലുങ്കാനയിലെ അവസാനത്തെ കലാപകാരികൾ തിരഞ്ഞെടുത്ത വഴിയെക്കുറിച്ച് ഒരിക്കൽ സംസാരിച്ചത് അഭിമന്യു ഓർത്തു.

അതു യാഥാർത്ഥ്യമായിത്തീരുമോ!

തടവറയും ആത്മാഹുതിയും.

രണ്ടു പെരുംതാഴ്ചകൾക്കിടയിൽ ഒരു വഴി കണ്ടെത്താനായില്ലെങ്കിൽ ജീവിതത്തിന്റെ പ്രസക്തിതന്നെ നഷ്ടപ്പെടും. ഇനി ആരെയും കാത്തിരിക്കാനില്ല. ഈ ദിവസം മുതൽ കോട്ട കെണിയായിത്തീർന്നിരിക്കുന്നു. കെണി ഭേദിക്കാതെ വയ്യ.

കടുംനീലയിൽനിന്ന് കറുത്ത ചോദ്യങ്ങൾ മാത്രം ഉയർന്നുവരാൻ തുടങ്ങിയപ്പോൾ അഭിമന്യു എഴുന്നേറ്റു. ചലവും ചോരയും വിങ്ങിനിറഞ്ഞ പരുവായി അസഹനീയമായ അസ്വസ്ഥതയിൽ അഭിമന്യു പുൽപ്പരപ്പിന്റെ അർദ്ധവൃത്തത്തിൽ നെടുകെയും കുറുകെയും നടന്നു. പരുപൊട്ടിച്ച് വിങ്ങുന്ന ചോരയും ചലവും പുറത്തുകളഞ്ഞ് തളർച്ചയിലേക്ക് വീഴാൻ ഒരായുധം തേടി അഭിമന്യു ഭ്രാന്തൻ നായയെപ്പോലെ കിതച്ചോടി.

തളർച്ച.

നീണ്ട ഉറക്കം.

സ്ഥലകാലങ്ങളിൽനിന്നുള്ള മുക്തി മാത്രമായിരുന്നു അപ്പോൾ അഭിമന്യുവിന്റെ ഇച്ഛ.

ഇളംപുല്ലിന്റെ നേർത്ത പച്ചയിൽ എഴുന്നുനില്ക്കുന്ന മരക്കുറ്റിക്കരികിൽ തളർന്നുകിടക്കുന്ന അഭിമന്യുവിനെ കവിയാണ് കണ്ടെത്തിയത്. നെറ്റിയിലെ മുറിവിൽ നിന്ന് ഒഴുകിപ്പരന്ന ചോരയിൽ മുഖമമർത്തിക്കിടക്കുകയായിരുന്നു അഭിമന്യു. മരക്കുറ്റിയുടെ മുന ചോരയിൽ കുതിർന്നു ചുവന്നിരുന്നു. അതിൽ മാംസത്തിന്റെ ചീളുകൾ പറ്റിക്കിടന്നു. എല്ലാം അറിയുന്നവനായി കവി അഭിമന്യുവിനെ നോക്കിനിന്നു.

അഭിമന്യുവിനെ പിടിച്ചെഴുന്നേൽപ്പിച്ച് തളർന്ന ശരീരവുമായി കോട്ടയിലേക്ക് നടക്കുമ്പോൾ തിരുമുറിവിൽനിന്ന് ചോര വാർന്നൊഴുകുന്നുണ്ടായിരുന്നു.

മുടന്തനായ ആട്ടിൻകുട്ടിയെയാണ് താൻ ഏറ്റി നടക്കുന്നതെന്ന് കവിക്കു തോന്നി. യാഗശാലയിലേക്ക് നയിക്കുമ്പോൾ മുടന്തനു മാത്രം മോക്ഷം കിട്ടുന്നു. അവനു തിരിച്ചെടുക്കാനാവുന്നത് വലിയ ജീവിതവുമാണ്.

കോട്ടയിലെത്തുമ്പോൾ അഭിമന്യു തളർന്നു കഴിഞ്ഞിരുന്നു. നെറ്റിയിലെ മുറിവു കണ്ടതും വിനയൻ വല്ലാതായി. എന്തോ അപകടം സംഭവിച്ചിരിക്കുന്നുവെന്ന് വിനയനറിഞ്ഞു.

പക്ഷേ, അവന് കൂടുതലായൊന്നും മനസ്സിലായില്ല. ദുസ്സഹമായ യാഥാർത്ഥ്യത്തെ നേരിടുകയാണെന്നല്ലാതെ. വളരെ തണുത്ത പ്രതി

കരണമായിരുന്നു ഊർമ്മിളയുടേത്. മുറിവേറ്റ അഭിമന്യുവിനെ അജ്ഞാതയാത്രക്കാരനെയെന്നപോലെ ഊർമ്മിള നോക്കിനിന്നു. പൗലോസ് ജ്വരബാധിതനായപ്പോൾ ഉണർന്ന ആർദ്രതപോലും അപ്പോഴുണ്ടായില്ല. അരിപ്പയിലെന്നപോലെ ജലം ചോർന്നു പോവുകയാണ്. ഇപ്പോൾ ഊർമ്മിള കാത്തിരിക്കുന്നത് ഖരരൂപത്തെയാണ്.

എല്ലാ അനുധാവനത്തിനും ചില സാംഗത്യങ്ങളുണ്ടാവണം. ഇനി മുതൽ അഭിമന്യുവിനെ അനുഗമിക്കുന്നതെന്തിന്? കഴിഞ്ഞ രണ്ടു ദിവസങ്ങളായി ഇത്തരം പാടില്ലാത്ത ചോദ്യങ്ങൾ ഊർമ്മിളയുടെ ഹൃദയത്തിൽ മുളപൊട്ടിയിരുന്നു.

ചുഴിയിലേക്ക് എടുത്തെറിഞ്ഞ് നടന്നുപോവുകയല്ലേ അഭിമന്യു?

ചോദ്യം ആവർത്തിക്കുമ്പോഴൊക്കെ പ്രാകൃതമായ പക തന്നെ വിഴുങ്ങുകയാണെന്ന് ഊർമ്മിളയ്ക്കറിയാമായിരുന്നു. എന്നിട്ടും അവൾക്കതിൽനിന്നു രക്ഷപ്പെടണമെന്നു തോന്നിയില്ല. കാലം ഓരോ മനുഷ്യനെയും തിരകളിലൂടെ പന്താടിക്കൊണ്ടിരിക്കും. അവസാനം ഒരു പാറയിടുക്കിൽ കൊണ്ടെറിയുംവരെ. അതുതന്നെയായിരിക്കും ആ മനുഷ്യന്റെ ലക്ഷ്യസ്ഥാനവും. ഞാൻ ചെന്നു പതിക്കുന്ന പാറയിടുക്ക് ഏതായിരിക്കും? അതിന്റെ സമയം?

പാറയുടെ പരുപരുത്ത മാറിൽ തലചായ്ച്ച് എനിക്കൊന്നു തേങ്ങിക്കരയണം.

ഊർമ്മിള ആശിച്ചു.

"എന്തെങ്കിലും പച്ചമരുന്ന് മുറിവിൽവച്ച് കെട്ടാമായിരുന്നു."

വിനയൻ പറഞ്ഞു.

ഊർമ്മിള ഉണർന്നു. വിനയൻ തന്നോടാണു പറഞ്ഞതെന്ന് അവൾക്കറിയാം. അവളൊന്നും ഉരിയാടിയില്ല. മറ്റേതോ ലോകത്തായിരുന്നു അപ്പോഴും ഊർമ്മിള.

വിനയൻ പറഞ്ഞത് ആ തളർച്ചയിലും അഭിമന്യു കേട്ടു:

"എനിക്ക് പച്ചമരുന്നൊന്നും വേണ്ട. വേദനയുടെ തളർച്ചയിൽ ഒന്നുറങ്ങിയാൽ മതി."

അഭിമന്യുവിന്റെ മുറിവ് എന്തിന്റേതാണെന്ന് കവിക്കറിയാം. ആത്മപീഡനത്തിലൂടെ മനുഷ്യന് എത്തിപ്പെടാനാവുന്ന ശാന്തിയുടെ തണൽ കവി അനുഭവിച്ചറിഞ്ഞതാണ്. പക്ഷേ, ഊർമ്മിളയ്ക്കും വിനയനുമായി ഒന്നും വിശദീകരിക്കാൻ കവിക്കു താല്പര്യം തോന്നിയില്ല. കവി അഭിമന്യുവിനരികിൽനിന്ന് എഴുന്നേറ്റു.

"ചോരയൊലിക്കുന്ന മുറിവ് ചില മനുഷ്യരെ തലച്ചോറിലെ പൊട്ടി

ത്തെറിയിൽനിന്നും രക്ഷിച്ചേക്കാം. മുറിവിൽ പച്ചമരുന്നു പുരട്ടുന്നത് അപ്പോൾ പാപകർമ്മമായിത്തീരും."

അതുപറഞ്ഞ് എന്തെങ്കിലും പ്രതികരണത്തിനു കാത്തുനിൽക്കാതെ കവി കോട്ടയിൽനിന്നു പുറത്തിറങ്ങി. മരങ്ങൾക്കും, കാട്ടുവള്ളികൾക്കും ഇടയിലൂടെ ചുറ്റിത്തിരിഞ്ഞ് കവി ചെന്നെത്തിയത് മുനമ്പിലാണ്. അപ്പോൾ അസ്തമയമായിരുന്നു. താഴെ കൊല്ലിയുടെ ആഴത്തിലെ കാട്ടുചെടികൾക്കു കറുപ്പു നിറമായിരുന്നു. ആ മങ്ങൂഴത്തിൽ ചേക്കേറുന്ന കിളികളുടെ നിലവിളി കവിക്ക് അസഹ്യമായി. ഇരുട്ടിലേക്കും വെളിച്ചത്തിലേക്കും മുറിച്ചുമാറ്റപ്പെട്ട മസ്തിഷ്കവുമായി കവി മുനമ്പിൽനിന്നു തിരിച്ചുനടന്നു.

കൊടുംവരൾച്ചയിലൂടെ നടന്നു പച്ചയിലെത്തുമ്പോൾ ബോധത്തിന്റെ തരിശിൽ ഇലകൾ കുടഞ്ഞിടുന്ന ഈർപ്പത്തിൽ പ്രാകൃതമായ വിത്തുകൾ മുളപൊട്ടുമ്പോൾ ഒക്കെ കള്ളിച്ചെടികളാവുന്നതെന്ത്? എല്ലാ കർമ്മങ്ങളും പിഴച്ചുപോകുന്നതു ചരിത്രത്തിന്റെ ദുര്യോഗമാണോ?

യാത്രയിലൊരിക്കലും പ്രതീക്ഷിക്കാത്ത താവളമായിരുന്നു ഇത്. അനാഥമായി ഒഴുകിപ്പോകുന്ന അരുവി കലപ്പത്തുമ്പിലൂടെ സനാഥത്വത്തിലേക്ക് വലിച്ചിഴയ്ക്കപ്പെട്ടതുപോലെയാണ് വിപ്ലവകാരികളുടെ സംഘത്തിലെത്തിയത്. പതുക്കെ തേരാളിയുടെ പടച്ചട്ട എടുത്തണിയാനാരംഭിച്ചതാണ്. അതിനുമുമ്പു പോരാളികൾ വീണുപോയിരിക്കുന്നു. ഇനി ഒരിക്കലും ഉയിർത്തെഴുന്നേൽക്കാൻ കഴിയാത്തവിധം.

ചോദ്യങ്ങൾക്ക് ഉത്തരമില്ലാത്ത ഈ കാലസന്ധിയിൽ മടക്കയാത്രയും അസാദ്ധ്യമാണ്. പാപനാശിനി മുറിച്ചുകടന്നു തിരിച്ചുപോയാൽ ഇവർക്ക് യാതൊരു സാംഗത്യവുമില്ല. അവർ ഗാർഡിനെ കൊന്ന കൊലയാളികൾ മാത്രം.

രാത്രി നെരിപ്പോടിനരികിൽ ഒറ്റയ്ക്കിരിക്കുമ്പോൾ അഭിമന്യുവിന്റെ അടക്കിയ പിറുപിറുപ്പ് കവി കേട്ടു. എരിയുന്ന മെഴുകുതിരിയുമായി കവി അഭിമന്യുവിനരികിലെത്തി.

അബോധാവസ്ഥയിൽ എന്നപോലെ തളർന്നുറങ്ങുകയായിരുന്നു അഭിമന്യു. നെറ്റിയിലെ മുറിവിൽ ചോര വടുകെട്ടിയിരുന്നു. മുഖമാകെ വിയർപ്പു പൊടിഞ്ഞു നിന്നു. നോക്കിനിൽക്കെ ആ മുഖം വല്ലാതായി. അപ്പോൾ അഭിമന്യു മലർന്നു കിടന്നു. ദുഃസ്വപ്നത്തിന്റെ നീണ്ട ഇടനാഴിയിൽനിന്നു മുഴങ്ങുന്ന വാക്കുകൾക്കായി കവി ചെവിയോർത്തു.

"ഇല്ല. കപ്പലിൽ വെള്ളം കയറിത്തുടങ്ങിയെങ്കിൽ നിങ്ങൾക്കു രക്ഷ

പ്പെടാം. കൈയിൽ കിട്ടിയ പൊങ്ങുതടികളിൽ തൂങ്ങി നിങ്ങൾ നിങ്ങളുടെ ദിശയിലേക്ക് തുഴഞ്ഞോളൂ. പക്ഷേ, ഞാനില്ല. ഈ പെരുങ്കടൽ കടക്കാനാണു ഞാൻ യാത്ര തുടങ്ങിയത്."

സ്വപ്നത്തിന്റെ സ്ഫടികനാരുകൾ പൊട്ടിക്കേണ്ടെന്നു കരുതി കവി അഭിമന്യുവിനെ വിളിച്ചുണർത്തിയില്ല. ഈ ഉറക്കമെങ്കിലും അഭിമന്യുവിന് ശാന്തിയുടെ സത്രമാവട്ടെ!

കർമ്മങ്ങൾ പിഴച്ചുപോകുമ്പോൾ ചോരയൊലിക്കുന്ന മുറിവുകളും പേറി അലയാൻ വിധിക്കപ്പെടുന്ന മനുഷ്യരുടെ നിസ്സഹായതയെക്കുറിച്ച് ഓർത്തപ്പോൾ അഭിമന്യുവിന്റെ തളർന്ന കിടപ്പു കാണാനാവാതെ കവി എഴുന്നേറ്റു.

അപ്പോൾ അഭിമന്യുവിന്റെ ദയനീയമായ തേങ്ങൽ ഉയർന്നു.

അമ്മേ!

ഒരായിരം കൈകളുയർത്തി നീയെങ്ങോട്ടാണു കപ്പലിനെ വലിച്ചുകൊണ്ടുപോകുന്നത്. അയ്യോ കപ്പൽ താണുപോകുകയാണല്ലോ.

അമ്മേ!

ആ തേങ്ങലോടെ അഭിമന്യു പിടഞ്ഞുണരുമെന്നു കരുതി കവി നിന്നു. പക്ഷേ, അഭിമന്യു കമിഴ്ന്നു കിടക്കുകയാണു ചെയ്തത്. ആ കിതപ്പ് അമർന്നൊതുങ്ങി.

പതുക്കെ

പതുക്കെ

തളർച്ചയിലേക്ക്.

കവി തിരിച്ചുനടന്നു. പൊടുന്നനെ മെഴുകുതിരി അണഞ്ഞുപോയി. ഇരുട്ട്. എങ്ങും ഇരുട്ടുമാത്രം.

പന്ത്രണ്ട്

അമ്മ തലയിൽ വെള്ളമൊഴിച്ചു കുളിപ്പിക്കുന്ന സ്വപ്നം വിനയനുണ്ടായി.

തണുത്ത വെള്ളം ശിരസ്സിൽ വീണു താഴോട്ടൊഴുകുമ്പോൾ എല്ലുകളിലേക്കു പടരുന്ന തണുപ്പ്. തോർത്തുമുണ്ടിന്റെ അറ്റംകൊണ്ട് അമ്മ ചെവിയിൽനിന്നു വെള്ളം തുടച്ചെടുക്കുമ്പോഴുള്ള ഇക്കിളിപ്പെടൽ. ഭസ്മത്തിന്റെയും ചന്ദനത്തിന്റെയും മണം.

ആ മണമറിയാൻ വിനയൻ എഴുന്നേറ്റിരുന്നു. സ്വപ്നത്തിന്റെ ജലാംശം വറ്റിപ്പോകുന്നതുവരെ വിനയൻ ആ മണം ശ്വസിച്ചു. അപ്പോൾ മൂന്നു വ്യാഴവട്ടങ്ങൾക്കപ്പുറത്തായിരുന്നു വിനയൻ.

എല്ലാം സ്വപ്നമായിരുന്നുവെന്നറിയുമ്പോൾ മെഴുകുതിരി കത്തിച്ചുവെച്ച് അതിന്റെ വൃത്തപരിധിക്കപ്പുറത്ത ഇരുട്ടിലേക്കു നോക്കി വിനയനിരുന്നു.

ഇക്കാലമത്രയും വിട്ടുനിന്ന ബാല്യസ്മൃതി വീണ്ടും ബോധത്തിലെ മഞ്ഞുവീഴ്ചയാവുന്നതെന്ത്? വീട് അനാവശ്യമായ അവയവമെന്നോണം അറുത്തുകളഞ്ഞു യാത്ര പുറപ്പെട്ടിട്ട് ഒരു പതിറ്റാണ്ടായി. അമ്മയുടെ അശാന്തമായ ആത്മാവിനു ബലിച്ചോറുപോലും നൽകാതെ പുറപ്പെട്ട യാത്ര ഇരുപത്തിയേഴാം ഡിവിഷനിൽ അവസാനിച്ചു.

വീടു പിന്നെയും വ്യാകുലതയായപ്പോൾ ജാലകങ്ങൾ ചിതലെടുത്തു പോകുന്നതിനെക്കുറിച്ച് വിനയൻ ഓർത്തു. ആത്മാക്കൾ ചിതൽപ്പുറ്റിലിരുന്നു നിലവിളിച്ചാൽ ഉദകക്രിയ ചെയ്യേണ്ടവൻ പുത്രനല്ലാതാവും.

ആകെ കുഴഞ്ഞുമറിയുന്ന ചിന്തകൾ വിനയനെ അസ്വസ്ഥനാക്കി. ചിന്ത ഒരു ഭാരമായപ്പോൾ വിനയൻ മെഴുകുതിരി ഊതിക്കെടുത്തി

ഇരുട്ടിലേക്ക് വീണു. പിറ്റേന്ന് അരുവിയുടെ തീരത്തെ പാറയിലിരിക്കുമ്പോൾ വിനയനോടൊത്ത് ഊർമ്മിളയുമുണ്ടായിരുന്നു. തലേന്നു കണ്ട സ്വപ്നത്തെക്കുറിച്ച് വിനയൻ ഊർമ്മിളയോടു സംസാരിച്ചത് അപ്പോഴാണ്.

ചിതലെടുത്ത വീടിന്റെ ഓർമ്മ മഴയിൽ കുതിർന്ന പുതുമണ്ണായപ്പോൾ യാത്രയുടെ പുരാവൃത്തം ഒരാത്മാലാപത്തിന്റെ ശിഥിലമായ തേങ്ങലായി പുറത്തു വന്നു:

“വീടു വിട്ടിറങ്ങുമ്പോൾ അമ്മ കൂടെ വന്നിരുന്നു. പുറകിൽ പൂഴിയിലമരുന്ന പാദങ്ങളുടെ നേർത്ത മർമ്മരവും വിതുമ്പലുംകൊണ്ടാണ് ഞാൻ അമ്മയുടെ സാന്നിദ്ധ്യമറിഞ്ഞത്. കാരണം, ഞാൻ പുറകിലേക്ക് തിരിഞ്ഞു നോക്കിയിട്ടില്ലായിരുന്നു. ആ അന്വേഷണത്തിന്റെ ചരിത്രസന്ധിയിൽവച്ച് ഒരിക്കലേ ഞാൻ വീട്ടിലേക്ക് കയറിച്ചെന്നിട്ടുള്ളൂ. അപ്പോഴേക്കും വീട് ജീർണ്ണിച്ചു തുടങ്ങിയിരുന്നു. അമ്മ നക്ഷത്രപഥത്തിലേക്കു യാത്രയായിക്കഴിഞ്ഞിരുന്നു. ചിതലെടുക്കുന്ന ജാലകങ്ങൾ എന്നിട്ടും എന്നെ വേദനിപ്പിച്ചില്ല.”

ഊർമ്മിള കേൾവിക്കാരിയായി. വിനയന്റെ വാക്കുകൾ വരണ്ട പാടത്തിനപ്പുറത്ത് നിന്നുയരുന്ന തുടിയുടെ ആർദ്രഗീതമായി അവൾക്ക്.

ആത്മാലാപം പിന്നെയും:

“വീടു തേടിയാണ് മനുഷ്യന്റെ ഓരോ യാത്രയും ആരംഭിക്കുന്നത്. പക്ഷേ, പിന്നിൽ കിളിവാതിലുകളുടെ അശാന്തരോദനം തിരിച്ചറിയാതെ പോകുന്നവരെത്ര? അന്വേഷണം വഴിമുട്ടുമ്പോഴാണ് തിരിച്ചറിവുണ്ടാകുന്നത്. ഭയാനകമായ ആഴത്തിനു മുകളിലെ പുൽക്കൊടിത്തുമ്പിൽ തൂങ്ങിയാടുകയാവും അമ്മ. പുത്രനെന്ന നിലയിൽ എനിക്കെന്തു സാംഗത്യമാണുള്ളത്. പുൽക്കൊടിയുടെ വേരുകളും മുറിയുന്നതിനുമുമ്പ് എനിക്കു പാപനാശിനി മുറിച്ചു കടക്കണം. ഇനി മടക്കയാത്ര.”

ഊർമ്മിള അപ്പോഴും ഒന്നും പറഞ്ഞില്ല.

നീണ്ട മൗനം വിങ്ങിനിന്നു.

പെട്ടെന്ന് മൗനം തകർത്ത് ഊർമ്മിളയുടെ കൈകൾ കടന്നുപിടിച്ച് വിനയൻ ചോദിച്ചു:

“മടക്കയാത്രയിൽ ഊർമ്മിള എന്നോടൊത്ത് വരുമോ?”

ഉർമ്മിള പകച്ചുനിന്നതേയുള്ളൂ.

‘’വൈകുന്നേരം വരെ സമയമുണ്ട്. തീരുമാനമെടുക്കാനായാൽ നാളെ സൂര്യോദയത്തിനുമുമ്പ് നമുക്ക് തിരിച്ചുപോകാം.”

അതുപറഞ്ഞ് വിനയൻ എഴുന്നേറ്റുപോയി.

ഊർമ്മിള എന്ത് ഉത്തരം നൽകും?

തന്റെ ഏകാന്തതയിലേക്ക് നീണ്ടുവരുന്ന ബലിഷ്ഠമായ രണ്ടു കൈകളാണ് സത്യത്തിൽ ഊർമ്മിളയ്ക്കാവശ്യം. രോഗശയ്യയിൽ കിടക്കുമ്പോൾ ഞരമ്പുകൾ ഉറങ്ങിക്കിടന്നു. രോഗമിവുക്തയായതോടെ അവ സർപ്പങ്ങളായാണ് പിടഞ്ഞുണർന്നത്. രാവുകളിൽ തിളയ്ക്കുന്ന നദി ശരീരത്തെ കടന്നുപോകുമ്പോൾ പൊള്ളലിൽ ഉറക്കംവരാതെ പിടയുകയാണ്.

ഒരു രാത്രി വികാരങ്ങളെ കടിഞ്ഞാണിടാൻ കഴിയാതെ അഭിമന്യു വിനരികിലെത്തിയതാണ്.

ഏറെ കാര്യങ്ങൾ പറയാനുണ്ടായിരുന്നു.

മടുപ്പിക്കുന്ന മൗനത്തെക്കുറിച്ച്.

കാറ്റും കോളും ബാധിക്കാത്ത ശിലയായി ആകാശത്തെ ഉറ്റുനോക്കുന്നതിനെക്കുറിച്ച്.

യാത്രയിലെങ്ങും കണ്ണീരു ശേഖരിച്ചുവെച്ച മൺകുടങ്ങൾ പൊട്ടിച്ചിതറി.

വാക്കും കണ്ണീരും കലർന്ന മഴ കൊണ്ടുനിന്നതേയുള്ളൂ അഭിമന്യു. ഗോപുരത്തിനു മുകളിൽനിന്ന് അഭിമന്യുവിനെ താഴേക്കിറക്കിക്കൊണ്ടുവരാൻ ഊർമ്മിളയ്ക്ക് കഴിഞ്ഞില്ല.

മനുഷ്യൻ എന്ന ജൈവസ്വരൂപത്തെക്കുറിച്ച് എനിക്കിപ്പോൾ ചിന്തിക്കാനാവില്ല. ഒരു ലഹരിയും നമ്മെ രക്ഷിക്കുകയില്ലിപ്പോൾ. മാറുന്ന മനസ്സില്ലെങ്കിൽ ജീവിതമെന്തിന്? ഇതു വീടല്ല, യുദ്ധഭൂമിയാണ്. സഖാവിന്റെ കർമ്മം മാത്രം അനുഷ്ഠിക്കുക. ഇല്ലെങ്കിൽ കടൽത്തീരം വലിച്ചെറിഞ്ഞ പുറന്തോടുകൾ മാത്രമായി നാം ഈ മുഖത്ത് അവശേഷിക്കും.

അഭിമന്യു ഏതോ ലഘുലേഖ വായിക്കുകയാണെന്നു ഊർമ്മിളയ്ക്കു തോന്നി.

അതോടെ ഊർമ്മിളയുടെ മനസ്സിൽ അഭിമന്യു പുരാതന വിഗ്രഹമായിത്തീർന്നിരുന്നു. ഇനി അതു നദിയിലേക്കൊഴുക്കി സ്നേഹത്തിന്റെയും കാരുണ്യത്തിന്റെയും പാദങ്ങളെ പിന്തുടർന്നു പോകാം.

പ്രത്യയശാസ്ത്രം മനുഷ്യന്റെ ജലാംശം മുഴുവൻ വലിച്ചെടുത്ത് തരിശാക്കിത്തീർക്കുമ്പോൾ ആ തരിശിനെ പുണരുന്നതെന്തിന്?

അവൾ തന്നോടുതന്നെ ചോദിച്ചു.

ഇപ്പോൾ വിനയൻ രണ്ടുകൈകളും നീട്ടി നിൽക്കുന്നു. ഇനി ഒരു

തീരുമാനമെടുക്കണം.

അരുവിയിലെ ജലത്തിൽ പതിയുന്ന തന്റെ മുഖത്തു നോക്കി ഊർമ്മിള പറഞ്ഞു.

യുദ്ധഭൂമി ശ്മശാനമായാൽ വിറച്ചെഴുന്നേൽക്കുന്ന കുതിരകൾ പച്ച ക്കിളുന്ത് തേടിപ്പോകും. ജീവിതത്തിന്റെ അനിവാര്യതയാണത്. മനുഷ്യന് തന്റെ ശരീരം നശിപ്പിക്കാൻ എന്തവകാശം?

വരണ്ട ഭൂമിയായി സൂര്യനു കീഴിൽ വിണ്ടുപൊട്ടാൻ എനിക്കു വയ്യ. ഞാൻ സ്ത്രീയാണ്. ഉർവ്വരത അനാഥമായാൽ സ്ത്രീ ജഡമായിത്തീ രും.

മുറിവുകൾ നീറിക്കത്തി സന്ധ്യയ്ക്കു മുനമ്പിൽനിന്നു തിരിച്ചുവ രുമ്പോൾ ഊർമ്മിള അവസാന തീരുമാനത്തിൽ എത്തുകതന്നെ ചെയ്തു.

“ഇനി മടക്കയാത്ര ആരംഭിക്കാം.”

മഹാമരങ്ങളോടായി ഊർമ്മിള പറഞ്ഞു.

രാത്രി!

യാത്രയ്ക്ക് അവസാനരൂപം നൽകാൻ വിനയൻ തന്റെ അരികി ലെത്തുമെന്ന് ഊർമ്മിള പ്രതീക്ഷിച്ചു.

വിനയൻ വന്നു.

മെഴുകുതിരി അണഞ്ഞു.

ഒരു സ്പർശം.

ശില പിളർന്ന് മഞ്ഞപ്പൂമരം വസന്തത്തിന്റെ ചക്രവാളത്തിലേക്കു വളർന്നുമുട്ടി. കൊടുങ്കാറ്റിന്റെ കരുത്തിലമർന്ന് മരം കിതച്ചു.

പിന്നെ, രാവിന്റെ അവസാനയാമം രാക്കിളിയുടെ തേങ്ങലിനു കീഴ ടങ്ങുമ്പോൾ സുരതത്തിന്റെ ആലസ്യത്തിൽ വിനയൻ സ്വപ്ന ലേഖങ്ങൾ നിരത്തിവെച്ചു.

‘നാളെ സൂര്യോദയത്തിനു മുമ്പ് നമ്മൾ പാപനാശിനി മുറിച്ചു കട ക്കും. ചിതലെടുത്ത കിളിവാതിലുകൾക്കു പകരം നമ്മൾ പ്രപഞ്ച ത്തിന്റെ പച്ചയിലേക്കു തുറക്കുന്ന വലിയ ജാലകങ്ങളുണ്ടാക്കും.”

പതിമ്മൂന്ന്

സ്ഫടികശരീരം ആകാശത്തിൽനിന്ന് തടാകത്തിലേക്കിറങ്ങിവന്നു. തടാകത്തിന്റെ നീലനിറത്തിൽ നീരാടുന്ന അവളുടെ ശരീരത്തെ ശരിക്കും കാണാം.

തടാകത്തിന്റെ കരയിലെ വെള്ളാരങ്കല്ലിലിരുന്ന് എലി എന്നും അവളുടെ നീരാട്ട് കാണുമായിരുന്നു. സ്ഫടികരൂപിണിയായ അവളെ എലി മോഹിച്ചു. കുളികഴിഞ്ഞ് ആകാശത്തിലേക്കുയർന്ന് അവളുടെ രൂപം അദൃശ്യമാവുമ്പോൾ എലി നിശ്വസിക്കും; വാനമ്പാടിയായി അവളെ പിന്തുടരാൻ കഴിഞ്ഞെങ്കിൽ!

ഒരുദിവസം എലി ചോദിച്ചു:

"നിന്നോടൊത്തു ശയിക്കാൻ ഞാനും കൂടെ വരട്ടെ?"

അവൾ മഴപോലെ ചിരിപെയ്ത് ആകാശത്തേക്കുയർന്നുപോയി. എലി വെള്ളാരങ്കല്ലിൽ തപസ്സിരുന്നു. ദേഹം ശുഷ്കിച്ചു. രോമം കൊഴിഞ്ഞുപോയി. അകാലത്തിൽ അവനെ വാർദ്ധക്യം ആവേശിച്ചു. അപ്പോഴും വിറയാർന്ന സ്വരത്തിൽ അവൻ ആവർത്തിച്ചുകൊണ്ടേയിരുന്നു: "ഒരിക്കൽ, ഒരിക്കൽമാത്രം നീ എന്നെയും കൊണ്ടുപോകൂ."

ഒരു ദിവസം ചിരിക്കു പകരമായി അവൾ വാക്കുകളുതിർത്തു:

"ആകാശത്തേക്കു വരാൻ നീ വാനമ്പാടിയല്ലല്ലോ!"

"എങ്കിൽ നീയെന്നെ വാനമ്പാടിയാക്കുക."

"ഞാൻ ദൈവമല്ല."

അവൾ തന്റെ നിസ്സഹായത വെളിപ്പെടുത്തി.

എലി തേങ്ങി.

"നിനക്കുവേണ്ടി ഒരു ജന്മം വെറുതെ കളയുകയാണ് ഞാൻ. എന്റെ ദിനങ്ങൾ എണ്ണപ്പെടുകയാണ്. നീ എന്നെ ഇനിയും സ്വീകരിച്ചില്ലെങ്കിൽ ഈ തടാകത്തിൽ വീണലിഞ്ഞ്, ശാപംപോലെ ഞാൻ നിന്റെ

സ്ഫടികശരീരത്തിൽ പടരും. അപ്പോൾ നിന്റെ ദേഹത്തിൽ വ്രണം പൊട്ടിയൊഴുകും."

അവൾക്ക് എലിയോട് കാരുണ്യം തോന്നി:

"നീ എലിയല്ലേ? മണ്ണടരുകൾ മാറ്റി ഭൂമിയിലേക്ക് തുരന്നുചെല്ലുക. ഭൂഗർഭത്തിൽ മറ്റൊരു തടാകമുണ്ട്. അവിടെയും ഞാനുണ്ടാവും. ആ തടാകത്തിലെ ജലത്തിൽ സ്പർശിച്ചാൽ നീയും എന്റെ വർഗ്ഗരൂപം കൊള്ളും. ജരാനരയിൽനിന്ന് മുക്തരായി കാലംപോലെ നാം ഈ പ്രപഞ്ചത്തിൽ അവശേഷിക്കും."

അവൾ പോയി.

ഭൂഗർഭത്തിലെ തടാകം തേടി മണ്ണടരുകൾ മാറ്റി എലി യാത്ര ആരംഭിച്ചു. യാത്രയ്ക്കിടയിൽ എലി ആദ്യം കണ്ടത് പ്രാചീനമായൊരു മൺചെരാതാണ്.

അപ്പോൾ ദൈവം പ്രത്യക്ഷപ്പെട്ട് എലിയോട് ചോദിച്ചു:

"നിന്റെ യാത്ര എങ്ങോട്ട്?"

"ഭൂഗർഭത്തിലെ തടാകം തേടി ഞാൻ പോകുന്നു. സ്ഫടികരൂപിണിയായ അവൾ എനിക്കായി ആ തടാകത്തിൽ നീരാടുന്നുണ്ടാവും."

"എല്ലാ അപഥസഞ്ചാരികളുടെയും ദുരന്തം നിനക്കും സംഭവിക്കാൻ പോകുന്നു. നീ തിരിച്ചുപോയ്ക്കൊള്ളുക."

ദൈവം പറഞ്ഞു.

മൺചെരാതിൽ രണ്ടുതുള്ളി കണ്ണീരിറ്റിച്ച് ദൈവത്തിന് നന്ദി നൽകി എലി പറഞ്ഞു:

"ഇല്ല. എന്റെ ലക്ഷ്യത്തിലെത്തുന്നതുവരെ ഞാൻ യാത്ര തുടർന്നേ പറ്റൂ."

മണ്ണടരുകൾ മാറ്റി അവൻ യാത്ര തുടർന്നു.

പിന്നെ, എലി കണ്ടത് തലയോട്ടികളുടെ കൂമ്പാരമായിരുന്നു. ദൈവം അപ്പോഴും അവന്റെ മുമ്പിലെത്തി. ഇത്തവണ ദൈവം അവനെ തടഞ്ഞുനിർത്തുക തന്നെ ചെയ്തു:

"അരുത്, ഇനി നീ മുന്നോട്ടു പോയ്ക്കൂടാ. ഈ തലയോട്ടികളിലേക്കു നോക്ക്. എല്ലാ യാത്രക്കാർക്കും സംഭവിച്ച ദുരന്തം കാണാൻ എനിക്കു വയ്യ. നീയെങ്കിലും തിരിച്ചു പോകുക."

മടങ്ങിപ്പോകാൻ എലി തയ്യാറല്ലായിരുന്നു. അവന് ആ സ്ഫടികത്തിൽ ലയിച്ചു ചേരണമായിരുന്നു.

സ്വന്തം ചോര തലയോട്ടികളിൽ തളിച്ച് അവൻ പിന്നെയും യാത്ര തുടർന്നു.

താഴോട്ട്.

താഴോട്ട്.

മണ്ണ് അവസാനിച്ച് ശൂന്യതയിലെത്തി. ശൂന്യതയിലൂടെ തെന്നിപ്പോയി അവൻ നിപതിച്ചത് ജലത്തിലായിരുന്നു. ഇരുട്ടിൽ അവനൊന്നും വെളിവായില്ല. അവന് രൂപാന്തരത്വം സംഭവിച്ചതുമില്ല.

അനന്തമായ ജലപ്പരപ്പിൽ നീന്തിത്തളർന്ന് ഒടുവിൽ പ്രജ്ഞയറ്റ് അവൻ ജലത്തിലാഴ്ന്നു.

ജലം... ജലം... അലകളൊടുങ്ങിയ ജലം മാത്രം എങ്ങും.

തലേന്നു രാത്രി കണ്ട സ്വപ്നത്തിന്റെ കഥ കവിക്കു പറഞ്ഞുകൊടുക്കുകയായിരുന്നു അഭിമന്യു. ഞാൻ സ്വപ്നം കണ്ടിട്ട് ഏറെ വർഷങ്ങളായി. ദുഃസ്വപ്നങ്ങളുടേതായ കാലം എനിക്കുമുണ്ടായിരുന്നു. പ്രത്യയശാസ്ത്രങ്ങളുടെ ഉറുക്ക് കെട്ടി യാത്ര തുടങ്ങിയതുമുതൽ ഞാൻ സ്വപ്നം കണ്ടിട്ടില്ല. ആ പഴയ കാലം തിരിച്ചെത്തുകയാണോ? എന്താണിതിന്റെയൊക്കെ അർത്ഥം? ഒന്നും വ്യാഖ്യാനത്തിനു വഴങ്ങുന്നില്ല.

കവി എന്തു പറയാൻ? എല്ലാം മനസ്സിലാവുമ്പോൾ ഉത്തരം പറയാൻ പ്രയാസമാണ്. ചിലപ്പോൾ മനുഷ്യന്റെ ഉപബോധമനസ്സ് ദുരന്തങ്ങളെ സംബന്ധിച്ച് പ്രവാചകസ്വരം ഉയർത്തും."

കണ്ണീരും ചോരയുംകൊണ്ട് നനച്ച് നാം അടർത്തിമാറ്റുന്ന ഓരോ മൺപാളിയും സ്വന്തം ശവക്കുഴിയായിത്തീരുന്നത് ചരിത്രത്തിന്റെ ദുരന്തമാണ്.

കവിയുടെ വാക്കുകൾ അവിടെ ഒതുങ്ങി.

എല്ലാ കലാപങ്ങൾക്കുമപ്പുറം ശാന്തിയുടെ തീരം പണിയേണ്ടതിനെക്കുറിച്ചാണ് അഭിമന്യു ചിന്തിച്ചത്.

വിനയനും ഊർമ്മിളയും താവളം വിട്ടപ്പോഴാണ് മനുഷ്യമനസ്സുകളുടെ അശാന്തസങ്കീർത്തനങ്ങൾ താൻ നിരാകരിക്കുകയായിരുന്നുവെന്ന് അഭിമന്യു അറിഞ്ഞത്.

എല്ലാ വസ്ത്രങ്ങളും ഊരിവയ്ക്കുമ്പോൾ വെളിവാകുന്ന നഗ്നത ഒരിക്കലും ബോധത്തിലേക്കു കടന്നുവന്നിട്ടില്ല. ഓരോ പടയോട്ടം കഴിഞ്ഞു തിരിച്ചെത്തുമ്പോഴും മനുഷ്യനിൽ ചില മുറിവുകൾ അവശേഷിക്കും. മുറിവിൽ പച്ചമരുന്ന് പുരട്ടുന്ന ജീവിതം എന്നെങ്കിലുമൊരിക്കൽ തെരഞ്ഞെടുക്കേണ്ടതുണ്ട്. ഇല്ലെങ്കിൽ വ്രണം പൊട്ടിയൊഴുകി ചലവും ചോരയും അഴുകി മണത്ത് ഭ്രാന്തു പിടിച്ചോടേണ്ടിവരും.

എനിക്കും ഈ ദുര്യോഗം വന്നുചേരുമോ?

അഭിമന്യു ഭീതിപ്പെട്ടു.

ഊർമ്മിളയുടെയും വിനയന്റെയും മടക്കയാത്രയോട് നിസ്സംഗമായി പ്രതികരിച്ചപ്പോഴാണ് സ്വകാര്യമായ മനസ്സും ജഡമായിത്തീർന്നിരിക്കുന്നുവെന്ന് അഭിമന്യു അറിഞ്ഞത്. സ്വകാര്യമായ മനസ്സില്ലാത്തവൻ കലാപകാരിയായാലും മനുഷ്യനല്ലാതായിത്തീരും.

ചിന്തകൾ താളം തെറ്റുകയാണെന്നു അറിയുമ്പോൾ അഭിമന്യു മഹാമരങ്ങളുടെ സാന്ത്വനം തേടി കാട്ടിലേക്കിറങ്ങി.

കവി കോട്ടമുറ്റത്തു നിന്നതേയുള്ളൂ.

ഇനി അവസാനമായി സാക്ഷിയാവേണ്ടത് എന്തിനാവാം?

ആത്മഹത്യയ്ക്കോ?

അതോ ഒളിച്ചോട്ടത്തിനോ?

പാപനാശിനി മുറിച്ചുകടന്ന് മടങ്ങിപ്പോകാൻ അഭിമന്യുവിന് കഴിയില്ല. ജലത്തിൽനിന്നു കരയിലേക്കെടുത്തെറിയപ്പെട്ട മത്സ്യംപോലെ അഭിമന്യു പിടഞ്ഞുമരിക്കും. അഭിമന്യു കാത്തിരിക്കുന്നത് ഒരു രക്ഷകനെയാവാം. എപ്പോഴും അവസാനത്തെ രക്ഷകൻ മരണമല്ലാതെ മറ്റെന്താണ്?

ഏറെനേരം കഴിഞ്ഞിട്ടും അഭിമന്യു തിരിച്ചുവരുന്നില്ലെന്നു കണ്ടപ്പോൾ ഒരു തിരുമുറിവിനെക്കുറിച്ചോർത്തു ഭീതിപ്പെട്ട് അഭിമന്യു പോയ വഴിയിലൂടെ കവിയും കാട്ടിലേക്കിറങ്ങി.

പതിനാല്

പന്ത്രണ്ടാം മണിക്കൂറിന്റെ സന്ദിഗ്ധത എങ്ങനെ മറികടക്കുമെന്ന് കവിക്കറിയില്ല. അഭിമന്യുവുംകൂടി ഒരു വഴി തെരഞ്ഞെടുത്താൽ തന്റെ നിയോഗം പൂർത്തിയാക്കി കവിക്കു കാടിറങ്ങാം.

അഭിമന്യു ഏതു വഴി സ്വീകരിക്കും?

നിരായുധനായി ആദിവാസികൾക്കിടയിലേക്കുതന്നെ അഭിമന്യുവിന് പോകാം. തോക്ക് ഉപേക്ഷിക്കുമ്പോൾ ഭാഷയുടെ കനത്ത മതിൽ പൊളിഞ്ഞുവീഴുക തന്നെ ചെയ്യും. മനുഷ്യനിലേക്കുള്ള കവാടം അപ്പോൾ തുറക്കപ്പെടും. കവിക്കു വിശ്വാസമുണ്ട്. അഭിമന്യുവിനെപ്പോലെ ഒരു വിപ്ലവകാരി തെരഞ്ഞെടുക്കേണ്ട മാർഗവും അതാണ്.

പക്ഷേ, അഭിമന്യു ഇനിയും ആദിവാസികളെത്തേടിപ്പോകുമെന്ന് കവിക്ക് വിശ്വാസമില്ല.

രണ്ടുദിവസമായി അഭിമന്യുവിന്റെ ചിന്ത ആകെ താളംതെറ്റിയിരുന്നു. കഴിഞ്ഞ രാത്രി ഏതോ വിഭ്രാന്തിയിലകപ്പെട്ട് ബോധത്തിന്റെ നാരുകൾ മുറിഞ്ഞുപോയപ്പോൾ അഭിമന്യു സംസാരിച്ചത് പാപനാശിനി മുറിച്ചു കടക്കുന്നതിനെക്കുറിച്ചാണ്.

“പിന്തിരിഞ്ഞു നടക്കുന്നതിനെപ്പറ്റി ഞാനിതുവരെ ചിന്തിച്ചിട്ടില്ല. പക്ഷേ, ഈ നിമിഷം എനിക്ക് തോന്നിപ്പോകുന്നു മടക്കയാത്രയാണ് നല്ലതെന്ന്. മനസ്സിലാവാത്ത ഭാഷയേക്കാൾ പ്രസക്തി മനസ്സിലാവുന്ന ഭാഷയ്ക്കാണ്. യാത്ര പുറപ്പെട്ടിടത്തുതന്നെ എത്തിപ്പെട്ടാൽ വീണ്ടുമൊരു പടയൊരുക്കം സാദ്ധ്യമാവുമെന്ന് എനിക്കുറപ്പുണ്ട്.”

“അതിനുമുമ്പു പിടിക്കപ്പെട്ടാലോ?”

കവി ചോദിച്ചു.

അഭിമന്യുവിന് ഉത്തരമില്ലായിരുന്നു.

എല്ലാം തകർന്നുപോയിട്ടും ആയുധത്തോടുള്ള അഭിമന്യുവിന്റെ

ഒടുങ്ങാത്ത അഭിനിവേശമോർത്തപ്പോൾ കവിക്ക് വേദന തോന്നി.

രക്തസാക്ഷിത്വവും ആത്മഹത്യയും ഒന്നായിത്തീരുന്ന കാലസന്ധി അഭിമന്യു തിരിച്ചറിയാത്തതെന്ത്?

കരുത്തനായ പടയാളിയുടെ ദാരുണമായ പതനം കാണേണ്ടിവരുമോ?

കവിയുടെ ഭീതി അതായിരുന്നു.

പക്ഷേ, പ്രഭാതത്തിൽ അഭിമന്യു സമനില വീണ്ടെടുത്തു കഴിഞ്ഞിരുന്നു. മടക്കയാത്രയുടെ വഴികളിൽ പതിയിരിക്കുന്ന കെണികളെക്കുറിച്ച് സംസാരിക്കവേ അഭിമന്യു പറഞ്ഞു:

“വയ്യ. എനിക്കു തിരിച്ചുപോകാൻ വയ്യ. ഈ കോട്ടയിൽ കിടന്നു പിടഞ്ഞു മരിച്ചാലും എനിക്കു കീഴടങ്ങാൻ വയ്യ.”

കോട്ട വാരിക്കുഴിയായിത്തീർന്നു കഴിഞ്ഞുവെന്ന് കവിക്കറിയാം. ഇവിടെനിന്നു രക്ഷപ്പെട്ടില്ലെങ്കിൽ ഒരുദിവസം കീഴടങ്ങേണ്ടിവരും.

അഭിമന്യു കാട്ടിൽനിന്നു തിരിച്ചെത്തിയാൽ പുതിയ യാത്രയുടെ അനിവാര്യത ബോധ്യപ്പെടുത്തണമെന്ന് കവി തീരുമാനിച്ചു. രാവിലെ കൊറ്റികളെ വെടിവയ്ക്കാനെന്നും പറഞ്ഞ് പോയതായിരുന്നു അഭിമന്യു.

ഉച്ചയായിട്ടും മടങ്ങിവരാതെയായപ്പോൾ കവി അസ്വസ്ഥനായി. ഒരു ദുരന്തത്തിന്റെ ദുരൂഹത കവിയെ പൊതിഞ്ഞു.

നേരം സായാഹ്നത്തോടടുത്തപ്പോഴും അഭിമന്യു വന്നില്ല. എന്തു ചെയ്യണമെന്നറിയാതെ കവി മുനമ്പിൽനിന്നു.

ഒരു ശ്വാനനെപ്പോലെ കിതച്ച് അഭിമന്യു കവിക്കരികിൽ ഓടിയെത്തിയത് അപ്പോഴാണ്. കിതപ്പുമൂലം സംസാരിക്കാൻതന്നെ അഭിമന്യു പാടുപെട്ടു. എന്നിട്ടും ശ്വാസംമുട്ടുന്ന സ്വരത്തിൽ പറഞ്ഞു:

“സഖാവേ, പോലീസ് താവളം കണ്ടെത്തിക്കഴിഞ്ഞു. രാവിലെമുതൽ ചുറ്റിനടന്നിട്ടും ഒന്നും കിട്ടാതെവന്നപ്പോൾ കൊറ്റികളെ വെടിവയ്ക്കാൻ നദിക്കരയിലേക്ക് പോയതായിരുന്നു ഞാൻ. കുന്നിൻചെരിവിൽ നിന്നു നോക്കിയപ്പോഴാണ് നദിക്കക്കരെ ഞാനവരെ കണ്ടത്. അവിടെനിന്ന് ഓടിവരികയാണ് ഞാൻ. നദി മുറിച്ചു കടന്ന് അവരിവിടെയെത്തും.”

കവിക്ക് തെല്ലും പരിഭ്രമം തോന്നിയില്ല.

‘താവളം വിട്ടുപോകുന്നവരൊക്കെ അവരറിയാതെ ഒറ്റുകാരാവുമെന്ന് ഞാൻ പ്രതീക്ഷിച്ചതാണ്.”

അഭിമന്യു നിശ്ശബ്ദനായി നിന്നതേയുള്ളൂ.

"ഇങ്ങോട്ടു പോന്നതെന്തിന്? കീഴടങ്ങിയ പോരാളിയായി പാപനാശിനി മുറിച്ചുകടക്കാൻ തീരുമാനിച്ചോ?"

ഭീതിയോടും നിസ്സഹായതയോടും അഭിമന്യു മുഖമുയർത്തി. സ്വരം ദീനമായി:

"ഈ കാട്ടിൽ മറ്റെന്തു ചെയ്യും സഖാവേ? സഖാവിനെക്കുറിച്ചോർക്കുമ്പോഴാണ് എനിക്ക് വേദന. ഒരഭയസങ്കേതം കാണിച്ചുതന്ന കുറ്റത്തിന് സഖാവും..."

"ഇല്ല. ഈ കോട്ടയിൽ ഞാൻ മാത്രം ഒറ്റപ്പെട്ടാൽ ഭ്രാന്തനെന്നു കരുതി എന്നെ ഉപേക്ഷിച്ച് അവർ പോകും."

എന്തോ ഓർത്ത് പൊടുന്നനെ പ്രജ്ഞ പിടഞ്ഞുണർന്നപ്പോൾ കവി ചോദിച്ചു:

"ജയിലിലേക്ക് പോകുന്നതിനുപകരം മനുഷ്യർക്കരികിലേക്ക് പോയ്ക്കൂടേ?"

"ഏതു മനുഷ്യർക്കരികിലേക്ക്?"

'ഭാഷയറിയാതെ നിങ്ങൾ വിട്ടുപോന്ന ആദിവാസികളിലേക്കുതന്നെ. നിരായുധനായി ചെന്നാൽ അവർ സ്വീകരിക്കുക തന്നെ ചെയ്യും. പരസ്പരം സംവദിക്കാവുന്ന ഒരു ഭാഷ അപ്പോൾ തെളിഞ്ഞുവരും."

മുനമ്പിന്റെ അൽപം തെക്കുമാറി ചെങ്കുത്തായ ഒരിടത്തേക്ക് കവി വിരൽചൂണ്ടി.

"എങ്കിൽ സഖാവിനും കൂടെ വന്നുകൂടെ?"

"ഇല്ല. അത് എന്റെ നിയോഗമല്ല. ഇവിടംവരെ മാത്രമേ ഞാൻ വരേണ്ടതുള്ളൂ."

അഭിമന്യു അപ്പോഴും അനങ്ങിയില്ല. തോക്കിൻകുഴലിൽ വിരലോടിച്ചുനിന്നതേയുള്ളൂ.

"ഇനിയും കാത്തുനിന്നാൽ നാമൊക്കെ ചരിത്രത്തിൽ നോക്കുകുത്തികളായിത്തീർന്നേക്കും..."

അതുപറഞ്ഞ് കവി അഭിമന്യുവിന്റെ തോക്കു പിടിച്ചുവാങ്ങി. കളിപ്പാട്ടം നഷ്ടപ്പെട്ട കുട്ടിയുടെ ദൈന്യതയോടെ അഭിമന്യു കവിയെ ഉറ്റുനോക്കി.

"ഇവിടെനിന്ന് രക്ഷപ്പെട്ടോളൂ." ശിലയുടെ നിസ്സംഗതയും കരുത്തുമുള്ള ആജ്ഞയായിരുന്നു അത്. അഭിമന്യു ആജ്ഞ സ്വീകരിച്ചു. ചെങ്കുത്തായ ചെരിവിലൂടെ അഭിമന്യു ഊർന്നിറങ്ങുന്നത് കവി നോക്കിനിന്നു. അഭിമന്യു കൺവെട്ടത്തുനിന്ന് അപ്രത്യക്ഷനായപ്പോൾ കവി മുനമ്പിനു താഴെയുള്ള കൊല്ലിക്കു നേരെ തിരിഞ്ഞുനിന്നു. പോക്കുവെ

യിലിൽ കൊല്ലിയിലെ മരങ്ങൾക്കുമുകളിൽ പച്ചജ്വാലയുണരുന്നത് കവി കണ്ടു. ആ ജ്വാലകൾ പതുക്കെ കൈകളുടെ രൂപം കൊണ്ടു. ആയുധത്തിനായി നീളുന്ന കൈകൾ.

ഈ പച്ചയുടെ കൈകളാണ് പൗലോസിനെ കൊണ്ടുപോയത്. ഇപ്പോൾ ആ കൈകൾ തന്നെ തോക്ക് ആവശ്യപ്പെടുന്നു.പ്രകൃതി ചോദിക്കുമ്പോൾ എല്ലാം തിരിച്ചുകൊടുക്കണം. ഒന്നും സൂക്ഷിക്കാനുള്ള അവകാശം മനുഷ്യനില്ല. അവശേഷിച്ച വെടിയുണ്ടകൾ ആകാശത്തേക്ക് ഒഴിച്ചുകളഞ്ഞ് തോക്ക് ആ കൈകളിലേക്ക് എറിഞ്ഞുകൊടുത്തു. ആ കൈകൾ തോക്കുമായി പച്ചയുടെ ആഴത്തിലേക്ക് മടങ്ങിപ്പോയി.

പോക്കുവെയിലിന്റെ തിളക്കം മങ്ങുന്നതും നോക്കി സർവ്വസാക്ഷിയായ കാലംപോലെ കവി മുനമ്പിൽ നിന്നു.

● ● ● ●

കാരുണ്യത്തിന്റെ ഹരിതസങ്കീർത്തനം

ആലങ്കോട് ലീലാകൃഷ്ണൻ

പൊതുവെ സുരേന്ദ്രന്റെ കഥകളുടെ ലോകം അശാന്തമാണ്. ആദ്യ കഥാസമാഹാരത്തിന് മുഖക്കുറിപ്പെഴുതിയ സച്ചിദാനന്ദൻ പറഞ്ഞതു പോലെ അവിടെ ചങ്ങലകൾ കിലുങ്ങുന്നതും വെടിയൊച്ചകൾ മുഴങ്ങുന്നതും നാം അറിയുന്നു. പക്ഷേ, കലാപങ്ങളിലേക്കും അശാന്തിയിലേക്കും നടന്നുപോകാൻ വിധിക്കപ്പെട്ട മനുഷ്യമനസ്സുകളിലെ ഒരിക്കലും വറ്റാത്ത കാരുണ്യത്തിന്റെ പച്ചയും പ്രകൃതിയുടെ ഹരിതസങ്കീർത്തനങ്ങളും ഞരമ്പുകളിലേക്ക് സംക്രമിക്കുന്ന പുഴയും തീർത്ഥാടകന് താരാട്ടുമായിത്തീരുന്ന നാടൻപാട്ടുമൊക്കെ ഈ കഥാകാരന്റെ അന്വേഷണങ്ങളെ എപ്പോഴും അനുയാത്ര ചെയ്യുന്നുണ്ട്. കാടിന്റെ ഹരിതഗുഹകളിലും, പുഴയുടെ ഗർഭഗൃഹങ്ങളിലും, പാറയുടെ ചോര പൊടിക്കുന്ന മനസ്സിലുമൊക്കെയാണ് പലപ്പോഴും ഈ അന്വേഷകന്റെ യാത്രകൾ വഴിമുട്ടുന്നത്. ഒരർത്ഥത്തിൽ പ്രകൃതിതന്നെയാണ് തിരിച്ചറിവിന്റെ ഒരമൂർത്ത സാന്നിദ്ധ്യമായി ഇദ്ദേഹത്തിന്റെ രചനകളെ ചൈതന്യവത്താക്കുന്നത്.

സുരേന്ദ്രന്റെ ആദ്യകാല കഥകളിലെ അന്വേഷണ സമസ്യകൾക്ക് ഒരനുബന്ധവും പൂരണവുമായി നിൽക്കുന്ന മഹായാനം എന്ന ഈ ലഘുനോവലിലാകട്ടെ പ്രകൃതി അതിന്റെ സമസ്തഭാവസാദ്ധ്യതകളോടുംകൂടി നിറഞ്ഞുനിൽക്കുന്നു. കോടാനുകോടി ജൈവരൂപങ്ങളുടെ ആത്മഭാവങ്ങളിലും അവസ്ഥാത്രയങ്ങളിലും സ്ഥൂലസൂക്ഷ്മഭാവങ്ങളിൽ അവ്യാഖ്യേയമായി നിറഞ്ഞുനിൽക്കുന്ന ജീവപ്രകൃതി സുരേന്ദ്രന് ക്യാൻവാസും പ്രമേയവും ചിത്രവുമായി തീരുന്നു. ആത്മസാക്ഷാത്ക്കാരത്തിന്റെ ഈ സാത്മ്യംതന്നെ മഹായാനത്തിലെ അന്വേഷണത്തെ സാർത്ഥകമാക്കുകയും ചെയ്തിരിക്കുന്നു.

മഹായാനം തുടങ്ങുന്നതുതന്നെ കവി തന്റെ പിതൃസാന്നിദ്ധ്യംപ്രകൃ

തിയിൽ കണ്ടെത്തുന്നതിന്റെ മനോഹരമായ ആഖ്യാനത്തോടെയാണ്. പരുപരുത്ത വൃക്ഷശാഖകളുടെ ഞരമ്പുകൾ പിടക്കുന്നതായും അച്ഛന്റെ കൈകളെപ്പോലെ അവ തന്റെ മുടി കോതി തരുന്നതായും കവി അറിയുന്നു. മറ്റൊരിടത്ത് പ്രകൃതി മകൻ നഷ്ടപ്പെട്ട അമ്മയായി തീരുന്നു. ആത്മഹത്യ ചെയ്ത വിപ്ലവകാരിയുടെ ജഡം കാടിന്റെ പച്ചയിലേക്ക് വലിച്ചെറിയുമ്പോൾ കാറ്റും മരങ്ങളും അശാന്തമായി വിലപിക്കുകയും അജ്ഞേയമായ പ്രകൃതിശക്തികൾ വിചാരങ്ങൾക്കുമേൽ സാന്നിദ്ധ്യം കൊള്ളുകയും ചെയ്യുന്നുണ്ട്. കാട് കഥാഗതിക്കനുസരിച്ച് ഭാവം പകരുകയും പ്രതികരിക്കുകയും ചെയ്യുന്ന ജീവനുള്ള സാന്നിധ്യവും പാപനാശിനി കർമ്മമാർഗ്ഗങ്ങളെ വേർതിരിക്കുന്ന ബോധപ്രവാഹിനിയും പച്ച കാരുണ്യത്തിന്റെ വർണ്ണവുമായി തീരുമ്പോൾ പ്രകൃതി കഥാശില്പത്തിന്റെ ആത്മാവായി മാറുന്നു.

പ്രകൃതിയെ കഥാസന്ദർഭങ്ങളിലേക്ക് പൊലിപ്പിച്ചെടുക്കുന്ന ഈ രചനാരീതിയിൽ സുരേന്ദ്രനെ സ്വാധീനിക്കുന്നത് നമ്മുടെ ഇതിഹാസങ്ങളും, പുരാണങ്ങളും മിത്തുകളുമൊക്കെത്തന്നെയാണ്. കവി എന്ന കഥാപാത്രത്തിന്റെ സൃഷ്ടിയിലും ഈ ക്ലാസിക് രചനാസങ്കേതം ചാരുതയോടെ സമന്വയിപ്പിക്കപ്പെട്ടിരിക്കുന്നു. ഒരു ജ്ഞാനയോഗിയുടെ നിസ്സംഗതയാണ് ധർമ്മസംഗരങ്ങൾക്കും ധർമ്മസങ്കടങ്ങൾക്കുമൊപ്പം സർവ്വസാക്ഷിയായി സഞ്ചരിക്കുന്ന കവി; നമുക്കേറെ പരിചിതനാവുന്നതും അതുകൊണ്ടുതന്നെയാണ്.

പ്രത്യയശാസ്ത്രങ്ങളുടേയും സിദ്ധാന്തങ്ങളുടേയും സംഘർഷങ്ങളും ലഘുലേഖകൾപോലെ വിരസമായേക്കാവുന്ന വിപ്ലവബോധന ചർച്ചകളുംകൊണ്ട് അരോചകമാകേണ്ടിയിരുന്ന കഥാസന്ദർഭങ്ങളെ ചമൽക്കാരഭംഗികൾ ചാർത്തിക്കുന്നതും ഈ ക്ലാസിക് സാഹിത്യസംസ്കാരത്തിന്റെ സ്പർശമാണ്. അടിസ്ഥാനപരമായി കവിയായ സുരേന്ദ്രന് സംഗീതം ധ്വനിപ്പിക്കുന്ന ഒരു ഭാഷാശൈലിയും സ്വന്തമായുണ്ട്. ഒരു കാവ്യത്തിന്റേതുപോലെ ഭദ്രമായി ഈ നോവലിന്റെ ശില്പഘടനയിൽ മിത്തുകളും പുരാവൃത്തസൂചനകളും ബൈബിൾവചനങ്ങളുമൊക്കെ ചേർന്ന് ഒരു സുഖലയമാക്കുന്നുണ്ട്. ഊർമ്മിളയുടെ സങ്കല്പങ്ങളും കവിയുടെ ശൈശവനൊസ്റ്റാൾജിയകളുമൊക്കെ ആഖ്യാനം ചെയ്യുന്നിടത്ത് അനുപദം സാന്ദ്രമാവുന്ന ഭാഷയിലെ കവിത നമ്മെ മോഹിപ്പിക്കുകതന്നെ ചെയ്യുന്നു. എന്നിട്ടും വെളിപാടുകൾപോലെ മാത്രം സംസാരിക്കുന്ന കഥാപാത്രങ്ങൾ ഇടക്കൊക്കെ ആസ്വാദകനെ അലോസരപ്പെടുത്തിയെന്നു വരാം. സുരേന്ദ്രൻ തന്റെ കഥകളിൽ പൊതുവെ വികാരങ്ങളേക്കാൾ വിചാരങ്ങൾക്കു പ്രാധാന്യം കൊടുക്കുന്നതു തന്നെയാണിതിനു കാരണം. മനസ്സിന്റെ ഭാവതാരള്യത്തോടല്ല, മസ്തിഷ്ക്കത്തിന്റെ ബുദ്ധിസ്ഥൈര്യത്തോടാണവ

നേരിട്ട് സംവദിയ്ക്കുന്നത്.

മഹായാനത്തിലും വിപ്ലവവും അതിന്റെ സൈദ്ധാന്തിക സമസ്യകളുമൊക്കെത്തന്നെയാണ് മസ്തിഷ്ക്കത്തെ വെല്ലുവിളിച്ചുകൊണ്ട് സുരേന്ദ്രന് വിഷയമായിത്തീരുന്നത്.

മനുഷ്യനിലേക്കുള്ള മാർഗ്ഗമായി സായുധകലാപങ്ങളെ തിരിച്ചറിഞ്ഞ തീവ്രവാദങ്ങളുടെ ശബ്ദം നമുക്ക് പരിചിതമല്ല. നമ്മുടെ രാഷ്ട്രീയ-സാമൂഹിക ചരിത്രത്തിൽ പല ഘട്ടങ്ങളിലായി പല തരംഗദൈർഘ്യ മാർന്ന സ്വരങ്ങളിൽ അവ ഉദിച്ചസ്തമിച്ചിട്ടുണ്ട്. ഇന്ന് ഏറ്റവും സങ്കുചിതവും വിനാശകരുമായി തീവ്രവാദങ്ങളുടെ ശബ്ദം വഴിതിരിഞ്ഞുപോയതും നാമറിഞ്ഞുകൊണ്ടിരിക്കുന്നു.

സുരേന്ദ്രന് വിഷയമായിത്തീർന്ന കലാപങ്ങളുടെ കാലം ഏറെ പഴയതോ തീർത്തും വർത്തമാനകാല പ്രസക്തമോ അല്ല. ജനതയുടെ മുഴുവൻ മോചനം തോക്കിൻകുഴലിലൂടെ മാത്രമാണെന്ന് സ്വപ്നം കണ്ട ക്ഷുഭിതയൗവനങ്ങൾ സ്വന്തം രക്തത്തെ തിരിച്ചറിയുകയും സംഘം ചേരുകയും ചെയ്ത ഈ കലാപകാലം വിഭ്രമാത്മകമായ ഒരു സ്വപ്നം മാത്രമായി വിടർന്ന് പൊലിഞ്ഞത് നമ്മുടെ മറവികൾക്കിപ്പുറത്തുതന്നെയാണ്. രക്ഷകരമായി വന്ന വിമോചനപ്രസ്ഥാനങ്ങൾ വഴിപിഴച്ച് സ്വയരക്ഷ നേടുകയും അവ വളം വെച്ചുവളർത്തിയ വിപ്ലവസ്വപ്നങ്ങൾ അനാഥമാക്കപ്പെടുകയും ചെയ്ത ഒരു സന്നിഗ്ധ രാഷ്ട്രീയകാലഘട്ടത്തിൽ തീവ്രപ്രത്യാശയോടെ പുനർജനിച്ച പ്രതിവിപ്ലവ പ്രതിച്ഛായകളായിരുന്നു കലാപങ്ങൾ. കേവലം അപഹാസ്യമായ കോമാളി നാടകങ്ങൾ മാത്രമായിത്തീരാൻ വിധി വന്ന ഇവയുടെ പ്രസക്തി എന്തുതന്നെയായിരുന്നാലും ആ ഹ്രസ്വകാലത്തെ ചൈതന്യവത്താക്കി മാറ്റിയ മൂല്യബോധം കളങ്കമറ്റതും ആത്മാർത്ഥവുമായിരുന്നു.

നിസ്സംഗമായ ഒരു സമതലത്തിൽ നിന്നുകൊണ്ട് ഒരു ദാർശനികന്റെ ഉൾക്കാഴ്ചയോടെ ഈ കലാപകാരികളുടെ മനസ്സു വായിക്കുകയാണ് മഹായാനത്തിൽ സുരേന്ദ്രൻ ചെയ്തിരിക്കുന്നത്. അഥവാ അവരോടൊത്ത് ഒരു മഹായാനം തന്നെ (Great Journey) നടത്താനും അദ്ദേഹത്തിനു കഴിഞ്ഞിരിക്കുന്നു. വിപ്ലവകാരികൾക്ക് വഴി കാണിക്കാനുള്ള നിയോഗം സ്വയം ഏറ്റെടുക്കുന്ന 'കവി'യിൽ നോവലിസ്റ്റിന്റെ സ്വത്വം ദർശിക്കേണ്ടിവരുന്നതും അതുകൊണ്ടുതന്നെയാണ്.

അഭിമന്യു, വിനയൻ, ദത്തൻ, പൗലോസ്, ഊർമ്മിള ഈ ഐവർ സംഘമാണ് സഫലമാകാതെപോയ ആക്ഷനുശേഷം ഒളിത്താവളം തേടി കാടുകയറുന്ന വിപ്ലവകാരികൾ. ഒരവധൂതനെപ്പോലെ തോന്നിച്ച കവി അവർക്കു വഴികാണിക്കാനുള്ള ബാദ്ധ്യത ഏറ്റെടുക്കുന്നത് വിപ്ലവാഭിമുഖ്യംകൊണ്ടല്ല. തന്റെ പിതാവിനെ തൂക്കിക്കൊല്ലാൻ വിധിച്ച

ദിവാന്റെ പ്രതിമ തകർത്ത വിഗ്രഹ ഭഞ്ജകരെന്ന നിലയ്ക്കാണ് ആദ്യം കവി അവരെ തിരിച്ചറിയുന്നത്. ദിവാന്റെ പ്രതിമ തകർത്തതും അതു തടയാൻ ശ്രമിച്ച ഗാർഡിനെ വെടിവച്ചു കൊന്നതുമാണ് ആക്ഷനായി നോവലിൽ ചിത്രീകരിച്ചുകാണുന്നത്. ആക്ഷന്റെ യഥാർത്ഥ ലക്ഷ്യം അതായിരുന്നില്ലെന്ന് സൂചനയുണ്ടെങ്കിലും പശ്ചാത്തല പരാമർശങ്ങൾകൊണ്ട് അതിന് വ്യക്തത തരുന്നില്ല.. ഉദയപുരത്ത് പ്ലാൻ ചെയ്തിരുന്ന മറ്റൊരു കലാപവും ഇതോടൊപ്പം അഭിമന്യുവിന്റെ സംഘം പ്രതീക്ഷിച്ചിരുന്നു. അതിന്റേയും ഉദ്ദേശ്യലക്ഷ്യങ്ങൾ നോവലിൽ പരാമർശിക്കുന്നില്ല. പക്ഷേ, നേതൃത്വത്തിനുപോലും അജ്ഞാതമായ ഗ്രൂപ്പുകളെ ഉദയപുരത്തെ കലാപം ഉരുക്കുകമ്പികളിൽ കോർക്കുമെന്ന് ഒപ്പുകടലാസിലെന്നപോലെ നട്ടെല്ലുള്ള പ്രത്യയശാസ്ത്രത്തിന് തകർച്ച സംഭവിക്കുമെന്നുമൊക്കെ വിപ്ലവകാരികൾ സ്വപ്നം കാണുന്നുണ്ട്. വിപ്ലവത്തിന്റെ സൈദ്ധാന്തിക തലങ്ങളെക്കുറിച്ച് ഏറെ വാചാലനാകുന്ന നോവലിസ്റ്റ് അതിന്റെ പ്രായോഗികപദ്ധതികളെ പരാമർശിക്കുന്നിടത്ത് പാലിച്ചിരിക്കുന്ന ഈ സംയമനം അഭിനന്ദനീയമാണ്. വിപ്ലവസ്വപ്നങ്ങളുടേയും സിദ്ധാന്തങ്ങളുടേയും അയഥാർത്ഥ ലോകത്തു നിന്നുകൊണ്ടുള്ള പദ്ധതികൾ മനുഷ്യനിലേക്കുള്ള വഴിയിൽ നിന്നകറ്റിക്കൊണ്ടുപോകപ്പെട്ടവരുടെ അനാഥത്വമാണല്ലോ നോവലിന്റെ കേന്ദ്രം. അഭിമന്യുവിന്റെ നേതൃത്വത്തിൽ പാർട്ടി നേതൃത്വം വിലയിരുത്തുമ്പോൾ അനാഥരാക്കപ്പെടുന്ന വിപ്ലവകാരികളുടെ ചിത്രം ദയനീയമാണ്. വിപ്ലവദാർശനികന്മാർ പൊലിപ്പിച്ചു കാണിച്ച മാനവ മോചന വാഗ്ദത്ത ഭൂമിയിലേക്ക് മഹാസ്വപ്നങ്ങളുമായി മുന്നേറുമ്പോൾ ഇച്ഛാശക്തിയും ആത്മാർത്ഥതയുമായിരുന്നുവല്ലോ അവരുടെ കൈമുതൽ. സംഘം ചേർന്നവരുടെ സനാഥത്വവും ശക്തിയുമായിരുന്നു അവരുടെ വെളിച്ചം. ഉദയപുരത്തുനിന്ന് സഖാക്കൾ വന്നെത്താതിരിക്കില്ല എന്നവർ പ്രതീക്ഷിച്ചിരുന്നു. പക്ഷേ, പൗലോസ് ആത്മഹത്യ ചെയ്യുകയും ദത്തൻ തിരിച്ചുപോവുകയും ചെയ്യുന്നതോടെ ഇനിയാരേയും പ്രതീക്ഷിക്കാനില്ലാത്ത ഏകാന്തതയുടെ തടവറയിൽ അവർ തീവ്രതരമായി ഒറ്റപ്പെട്ടുപോകുന്നു. വിപ്ലവകാരികളുടെ അഭയസങ്കേതങ്ങൾ മനുഷ്യരഹിതമായ വനങ്ങളായിരിക്കരുതെന്നും നുകപ്പാടുകൾക്കുള്ളിലമർന്നുപോയ അടിമകളായ മനുഷ്യർക്കിടയിലേക്കാണവർ യാത്ര പോകേണ്ടതെന്നും തിരിച്ചറിഞ്ഞാണ് പിന്നെ അഭിമന്യുവും വിനയനും ആദിവാസികളുടെ താവളങ്ങൾ തേടിപ്പോകുന്നത്. പക്ഷേ, തോക്കുമായി ചെല്ലുന്ന അവരിൽ നിന്ന് ആദിവാസികൾ പേടിച്ചകന്നുപോവുകയും സംവദിക്കാനാവാത്ത ഭാഷ ഒരു പ്രശ്നമായിത്തീരുകയും ചെയ്യുമ്പോൾ അനാഥത്വം പൂർണ്ണമാവുന്നു.

പാപനാശിനി കടന്നുതിരിച്ചുപോയാൽ അവർ ഗാർഡിനെ കൊന്ന

കൊലയാളികൾ മാത്രമായിത്തീരും. പക്ഷേ, തിരിച്ചുപോകാതിരുന്നാൽ എവിടെയോ പിഴച്ചുപോയ കർമ്മകാണ്ഡത്തിൽ മനസ്സിന്റെ ഭാഷപോലും കൈമോശം വന്ന് മനുഷ്യനിലേക്കുള്ള വഴി നിഷേധിക്കപ്പെട്ടവർക്ക് വിസ്മൃതചരിത്രങ്ങളിൽ ഫോസിലുകളുടെ ജന്മം വിധിക്കപ്പെടും.

ഊർമ്മിളയും വിനയനും ആദ്യത്തെ വഴി തിരഞ്ഞെടുക്കുന്നു. വ്യത്യസ്തസാഹചര്യങ്ങളും പ്രേരണകളും 'ഇരുപത്തിയേഴാം ഡിവിഷനി'ലെത്തിച്ച അവരെ സംബന്ധിച്ചിടത്തോളം തിരിച്ചുപോക്ക് ഒരനിവാര്യതതന്നെയായിരുന്നു. വിനയന് ജീവിതത്തിന്റെ ഇടത്താവളങ്ങളിൽ ഒന്നു മാത്രമേ ആയിരുന്നിട്ടുള്ളൂ 'ഇരുപത്തിയേഴാം ഡിവിഷൻ.' ഊർമ്മിളയാകട്ടെ ഒരു ജന്മനിയോഗംപോലെ അഭിമന്യുവിനെ പിന്തുടരുമ്പോഴൊക്കെ കാന്താരത്തിലേക്ക് ശ്രീരാമനെ പിന്തുടരുന്ന മൈഥിലിയായിരുന്നു. അല്ലെങ്കിൽ ഒരു സ്പർശംകൊണ്ട് മഞ്ഞപ്പൂമരമായി വസന്തത്തിന്റെ ചക്രവാളത്തിലേക്ക് പറന്നുമുട്ടാൻ കൊതിച്ച് തപസ്സു ചെയ്യുന്ന താപശില. പക്ഷേ, പ്രത്യയശാസ്ത്രങ്ങളുടെ അഗ്നിയിൽ വികാരങ്ങളുടെ ജലാംശം മുഴവൻ വറ്റിപ്പോയി. അഭിമന്യു പുരാതനശിലാവിഗ്രഹംപോലെ അചേതനമായിക്കഴിഞ്ഞെന്ന് ബോധ്യപ്പെടുമ്പോൾ അതിനെ നദിയിലൊഴുക്കി സ്ത്രീയുടെ ഉർവ്വരതകളിലേക്ക് മടങ്ങിപ്പോകാനേ അവൾക്ക് കഴിയൂ. വിനയന്റെ കൈകളാവട്ടെ അവൾക്ക് സുരക്ഷിതമായ അഭയകേന്ദ്രമായിത്തീരുകയും ചെയ്യുന്നു.

പക്ഷേ, ഭാരം താങ്ങി കുനിഞ്ഞുപോയ മനുഷ്യരുടെ നട്ടെല്ലുകൾകൊണ്ട് പാലം കെട്ടി 'ഇരുപത്തിയേഴാം ഡിവിഷനി'ലെത്തിയ അഭിമന്യുവിന് ഒരു തിരിച്ചുപോക്ക് സാധ്യമല്ല. അനാഥത്വത്തിന്റെയും അവഗണനയുടേയും ചേരികളിൽനിന്നാണല്ലോ അയാൾ മോചനത്തിന്റെ മഹാപ്രസ്ഥാന മാർഗ്ഗത്തിലെത്തിയത്. രക്തസാക്ഷിത്വത്തിനും ജീവിതത്തിനുമിടയിലുള്ള നൂൽപ്പാലത്തിലൂടെ പ്രത്യയശാസ്ത്രം മാത്രം ആയുധമാക്കി മുന്നേറാൻ വിധിക്കപ്പെട്ട ഏകാകിയായ പടയാളിയുടെ ഇച്ഛാശക്തിപോലും മരവിച്ചുപോകുമ്പോൾ വഴികളെല്ലാം പരാജയത്തിലേക്ക് മാത്രം നീളുന്നു.

ചരിത്രത്തിന്റെ ഭീകര സന്ദിഗ്ധതയിലാണ് പ്രവാചക മനസ്സാർന്ന കവി തന്റെ നിയോഗം ഏറ്റെടുക്കുന്നത്. അഭിമന്യുവിന്റെ തോക്കു പിടിച്ചുവാങ്ങി നിരായുധനാക്കി അയാളെ ആദിവാസികളുടെ താവളത്തിലേക്ക് പറഞ്ഞയക്കുമ്പോൾ പീഢിതരായ മനുഷ്യർ അയാളെ തിരിച്ചറിയുമെന്നുതന്നെ കവി ഉറച്ചുവിശ്വസിക്കുന്നു. സംവദിക്കാനാവുന്ന മനസ്സിന്റെ ഭാഷ അപ്പോൾ ഉരുത്തിരിഞ്ഞു വരുമെന്നും. ആയുധമുപേക്ഷിക്കുമ്പോൾ മനുഷ്യനിലേക്കുള്ള കവാടം തുറക്കപ്പെടുന്നു.

മഹാപ്രസ്ഥാനത്തിനു പുറപ്പെട്ട അർജ്ജുനൻ തന്റെ ഗാണ്ഡീവവും

അമ്പൊടുങ്ങാത്ത ആവനാഴിയും വരുണനു തിരിച്ചേൽപ്പിച്ചതുപോലെ കവി അഭിമന്യുവിന്റെ തോക്ക് പ്രകൃതിയുടെ ഹരിതകരങ്ങളിലേക്കെറിഞ്ഞുകൊടുക്കുമ്പോൾ ഇതിഹാസ മാനത്തിലേക്ക് ഈ ലഘുനോവലിന്റെ ദർശനം ഉയർത്തപ്പെടുകതന്നെ ചെയ്യുന്നു. കാരുണ്യം ഒരു ചിറപൊട്ടിയ പ്രവാഹമായി സുരേന്ദ്രന്റെ ദർശനങ്ങളെ ആർദ്രമാക്കുന്നതും നമുക്കറിയാൻ കഴിയുന്നു. ജീവകാരുണ്യം കൊലമരത്തിലേക്കുള്ള മാർഗ്ഗമായിത്തീർന്ന കവിയുടെ പിതാവും യാഗശാലയിലേക്കു നടന്നുപോകുന്ന മുടന്തനായ ആട്ടിൻകുട്ടിയെപ്പോലെ അഭിമന്യുവിനെ സ്വന്തം കൈകളിലെടുത്തു മോക്ഷം നൽകുന്ന കവിയും പരസ്പരപൂരക സമസ്യയായി ഈ ദർശനത്തെ ഉദാരവൽക്കരിക്കുന്നു.

ഈ ദർശന സവിശേഷതയും അന്യൂനമായ ശില്പഭംഗിയും മഹായാനത്തെ അസാധാരണമായ ഒരനുഭവമാക്കി മാറ്റിയിരിക്കുന്നു. തന്റെ അന്വേഷണങ്ങൾ സാർത്ഥകമായെന്ന് സുരേന്ദ്രന് അഭിമാനിക്കുകയും ചെയ്യാം.

(മഹായാനത്തിന്റെ ആദ്യപതിപ്പിനെഴുതിയ ആമുഖം)